JAMEEN RAITHU

VEDANTHAM VENKATSUBRAMANYA SARMA

ZAMEEN RAITHU A Play
by VEDANTHAM VENKATA SUBRAHMANYA SARMA

తెలుగు విశ్వవిద్యాలయం ప్రచురణ : 117

అక్టోబర్ : 1991

ప్రతులు : 500

వెల : రూ. 17/-

ప్రతులకు

తెలుగు విశ్వవిద్యాలయం
ప్రచురణల విక్రయ విభాగం,
లలితకళాక్షేత్రం, పబ్లిక్ గార్డెన్స్,
హైదరాబాదు - 500 004. (ఆం. ప్ర.)

ముద్రణ

శ్రీ లక్ష్మీవేంకటేశ్వర పవర్ ప్రెస్
హిమాయత్ నగర్, హైదరాబాదు.

భూమిక

తెలుగు భాషా సాహిత్య కళాసంస్కృతుల సర్వతోముఖ విలసనానికీ, వికసనానికీ ఆంధ్రప్రదేశ్ రాష్ట్ర శాసనసభ చేసిన చ.ం ప్రకారం 1985 డిసెంబరు 2వ తేదీన రూపుదాల్చిన విశిష్ట విద్యాసంస్థ తెలుగు విశ్వవిద్యాలయం. బోధన, పరిశోధన, ప్రచురణలతోపాటు, విస్తరణసేవ, రాష్ట్రేతర రాంధ్రులకూ, విదేశాంధ్రులకూ సహాయ సహకారాలు కల్పన వంటి బహుముఖీన కార్యక్రమాలను కూడా ఈ విశ్వవిద్యాలయం నిర్వహిస్తున్నది. పూర్వం వున్న అకాడమీలు, తెలుగు భాషా సమితి, అంతర్జాతీయ తెలుగు కేంద్రం విలీనం కావడంతో విశ్వవిద్యాలయం వివిధ పీఠాలు, కేంద్రాలు, విభాగాల సమాహారంగా వ్యవహరిస్తున్నది.

తెలుగుజాతి వైభవోన్నతులకు అద్దంపట్టే గ్రంథాల ప్రచురణ విశ్వవిద్యాలయ ప్రధానాశయాల్లో ఒకటి. విశ్వవిద్యాలయంలో విలీనం అయిన అప్పటి ఆంధ్రప్రదేశ్ సాహిత్య అకాడమి అవిశ్రాంత కృషిద్వారా దేశ సాహిత్య రంగంలో విశిష్ట స్థానం సమకూర్చుకుంది. 1957 ఆగస్టు 7వ తేదీన ఆంధ్రప్రదేశ్‌లో ఏర్పాటైన ఈ అకాడమి దేశం మొత్తంమీద ప్రప్రథమ రాష్ట్రస్థాయి అకాడమి కావడం విశేషం. ఈ అకాడమి ప్రామాణికమైన నిఘంటువులు, పదకోశాలు, కావ్యాలు, ప్రబంధాలు, వ్యాసాలు, విమర్శలు, కల్పనా సాహిత్యం, పరిశోధనాత్మక గ్రంథాలు, జీవితచరిత్రలు, అనువాదాలు మొదలైనవి 350 గ్రంథాలు ప్రచురించింది.

తెలుగు విశ్వవిద్యాలయం ఈ ప్రచురణ సత్సంప్రదాయాన్ని కొనసాగిస్తూ ఇప్పటివరకు 116 గ్రంథాలను వెలువరించింది.

ప్రస్తుత గ్రంథం 'జమీన్‌రైతు'. భారత స్వరాజ్యోద్యమ కాలంలో బ్రిటీష్ పాలకుల నిషేధానికి గురైన నాటకం ఇది. రచయిత శ్రీ వేదాంతం వెంకట సుబ్రహ్మణ్యశర్మ. ఆంధ్రప్రదేశ్ ప్రభుత్వ రాష్ట్ర అభిలేఖాగారంలో భద్రపరచిన ఫైళ్లలో నుంచి పరిశోధించి వెలుగులోకి తెచ్చిన అలభ్య అముద్రిత గ్రంథం ఈ 'జమీన్‌రైతు'. ఆనాటి రచయితల స్వాతంత్ర్యాభినివేశానికీ, దేశభక్తికీ అద్దంపట్టే ఈ 'నిషిద్ధ' రచనను తెలుగు విశ్వవిద్యాలయంలో రీడర్‌గా పనిచేసే డా॥ జయధీర్ తిరుమలరావు ఎంతో శ్రమించి సేకరించారు. వారి కృషిని హృదయపూర్వకంగా అభినందిస్తున్నాను. ఈ గ్రంథం పరిశోధకుల, సాహిత్యాభిమానుల ఆదరాన్ని పొందగలదని విశ్వసిస్తున్నాను.

హైదరాబాదు ఆచార్య సి. నారాయణరెడ్డి

ఈ గ్రంథం గురించి....

అటు సురభి నాటకాలు ఇటు 'కన్యాశుల్కం' నూరేళ్ళ పండుగ జరుపుకునే సందర్భంలో నిషేధానికి గురైన 'జమీన్ రైతు' నాటకం రాతప్రతి అచ్చులో వెలువడుతోంది.

నూట పదకొండేళ్ళ కిందటే బెంగాల్‌లో ఆంగ్లేయ ప్రభుత్వం స్థానిక సామాజిక నాటకమైన 'నీల్‌దర్పణ్'ని నిషేధించడానికి Dramatic performance Act 1876 (Act XI of 1876)ని మొదటిసారిగా ప్రవేశపెట్టింది. ఆది మొదలు దేశవ్యాప్తంగా ఎన్నో నాటకాలను ఎన్నో రకాలుగా (అనధికారికంగా కూడా) ఆంక్షలకు లోను చేశారు. నిషేధించారు.

మనకు లభించిన సమాచారం ప్రకారం తెలుగు నాటక సాహిత్యంపైన విధించిన నిషేధాలు 1920 ప్రాంతం నుండి ఎక్కువగా కనిపిస్తున్నాయి.

1920లో దామరాజు పుండరీకాక్షుడు 'స్వరాజ్య సోపాన గ్రంథమాల' పేర వరసగా ప్రచురించిన 'గాంధి మహోదయం అను నవయుగారంభం', 'గాంధీ విజయం అను నవయుగం', 'పాంచాల పరాభవం అను పంజాబు హత్యలు' అనే మూడు నాటక ప్రదర్శనల్ని నిషేధించారు. 'పాంచాల పరాభవం' నాటకం తెల్ల వాళ్ళ పార్లమెంటులో కూడా దుమారం రేపింది.

ఆనాడు కృష్ణా, గుంటూరు జిల్లాల్లో రాజకీయ నాటక ప్రదర్శనలు ఎక్కువగా జరుగుతుండేది. అందుకే Go No. 499, Dt. 14-2-1922 ననుసరించి ''Dramatic Performance Act 1876'' (సంక్షిప్త నామం D P A) సెక్షన్ 10 ప్రకారం కృష్ణా, గుంటూరు జిల్లాలకు నిషేధాలను అనువర్తింప చేయడానికి ప్రభుత్వం అంగీకరించింది. ఆ రకంగా నాటక నిషేధాలకు పెద్ద ఎత్తున రంగం సిద్ధమైంది.

మద్దూరి అన్నపూర్ణయ్య "చిచ్చుల పిడుగు" (Go No. 906 Public (Gen) Dt. 6-9-1929), సోమరాజు రామానుజరావు "స్వరాజ్య రథం", శ్రీపాద కృష్ణమూర్తిశాస్త్రి "తిలక్ మహారాజు నాటకం", "గాంధీ విజయ

ధ్వజం (Go No 834 Dt 30-10-1923), కొడాలి ఆంజనేయులు, విశ్వనాథ సత్యనారాయణ కలసి రాసిన "విప్లవ పరివర్తనం" (ఆ తరువాత కొన్ని కారణాల వల్ల కొడాలి ఆంజనేయులు ఒక్కరే రాసినట్లుగా రికార్డయింది) నాటకాలు నిషేధానికి గురయ్యాయి.

ఇలాంటి ఎన్నో నాటకాలు ఆనాడు ప్రజల పక్షాన నిలిచాయి. అలాంటి సమయంలో అందుకు ప్రోద్బలంగా "జమీన్ రైతు" నాటకాన్ని వేదాంతం వేంకట సుబ్రహ్మణ్యశర్మ రచించారు. వీరే ఆ తరువాత 'వేదాంతకవి' అనే పేరుతో రచనలు చేశారు. 1947కి ముందున్న వీరి జీవితాన్ని స్థూలంగా చూద్దాం.

వేదాంతంవారు 1928-31 మధ్య వివిధ జైళ్ళలో శిక్ష ననుభవించారు. మొదటిసారి శిక్షా కాలంలో పుచ్చలపల్లి సుందరయ్యతో కలిసి ఒకే గదిలో ఉన్నారు. ఈ శిక్షాకాలంలో పోలీసుల లాఠీ దెబ్బలవల్ల కుడిచేతి ఉంగరపు వేలు విరిగింది. తలపై బలమైన దెబ్బలు తగలడం వల్ల ఎడమ కన్నుకి అంధత్వం కలిగింది.

తండ్రి శంభుశాస్త్రి, అన్న లక్ష్మీకాంతం జాతీయోద్యమంలోపాల్గొంటూ, ఉద్యమ గీతాలను గొంతెత్తి పాడేవారు. వేదాంతం వారు అప్పుడే దేశ సేవ, సాహిత్యసేవ విడదీయలేని సంబంధంగా రూపొందించుకుని కవిత్వావేశానికి లోనయ్యారు. అందుకే మొదటిసారి జైలునుండి విడుదలైన వెంటనే 1931లో 'శాంతి సంగ్రామం' ప్రచురించారు. అదే ఏడాది Go No 895 Dt. 2-9-31 ప్రకారం దీన్ని కూడా నిషేధించారు. (చూ. అను I).

ఖచ్చితంగా మరో పదేళ్ళకి 'శాంతి సంగ్రామం' 'స్వతంత్ర గర్జన'గా మారింది. 'స్వతంత్ర గర్జన' ఖండ కావ్యాన్ని Go No 1834 Dt. 25-8-1941 ప్రకారం ప్రభుత్వం నిషేధించింది. (చూ. అను III)

ఈ రెండు నిషేధాల మధ్య సంచలనం సృష్టించిందే "జమీన్ రైతు" నాటకం.

రచయిత 'దేశసేవ' భావం నుండి 'జమీన్ రైతు' రచనా కాలానికి 'ప్రజాసేవ' అనే భావనలోకి వచ్చారు. జమీందారీ వ్యతిరేకోద్యమాన్ని జాతీయోద్యమంలో భాగంగా భావించారు, దేశసేవకి జమీందారీ వర్గం వ్యతిరేక

మని గ్రహించారు. అందుకే ఆ వ్యవస్థ తొలగిపోవాలని ఆశించారు. రానురాను కవిగా, నాటకకర్తగా సాహిత్యరంగంలో ప్రఖ్యాతమవుతున్న కొద్ది రాజకీయ వాతావరణానికి దూరమయ్యారు. మొదట దేశమాత, ఆ తరువాత భూమాత (రైతు సమస్య), తెలుగు తల్లి (తెలుగుజాతి భావన), ఆ తరువాత జగజ్జనని (ఉపాసన) కి పరిమితమయ్యారు.

కవిగా, నాటక రచయితగా, సాహిత్యమూర్తిగా తీర్చిదిద్దిన నాటి ఉద్యమాలు ఆయన కవితాధారని ఎంతగానో ప్రభావితం చేశాయి.

'జమీన్ రైతు' నాటకానికి జమీ వ్యతిరేకోద్యమం పునాది. రైతాంగం పడే బాధలు తట్టుకోలేకే 1928 లో రైతు సంఘం ఏర్పాటయింది. 1937 లో ఇచ్ఛాపురం నుండి మదరాసుకి జరిగిన రైతు మహాయాత్ర రైతాంగంలో ఎంతో సంచలనం సృష్టించింది. ఐతే అంతకుముందే ఈ నాటక రచనకి బీజాలు పడ్డాయి. 1934 లో వెలువడిన 'రైతు భజనావళి' సంకలనంలో లేని శ్రామిక బాణీలు ఈ నాటకం (పే. 1)లో ఉన్నాయి. ఇందులో పాత్రోచిత సంభాషణ ఉంది. పద్యాలు సరళశైలిలో ఉన్నాయి. మంచిధారాశుద్ధి, పాడే వీలుకలిగిన శైలి రచనకు ప్రాణం పోశాయి. వీటిని శ్రోతలు / ప్రేక్షకుల మధ్య పాడి వినిపిస్తే చాలా శక్తిమంతంగా ఆకట్టుకుంటాయి.

నాటకంలో 'కవి' పాత్ర నాటక రచయితని అడుగడుగునా గుర్తుతెస్తుంది. కవి పాత్ర ఎంతో చైతన్యంతో ఉండి రైతాంగం తరపున నిలిచి అద్భుతం పని చేస్తుంది.

ముప్పై ఏళ్ళ వయస్సులోనే నాలుగు పుస్తకాలు నిషేధానికి గురైన రచయిత ఈయన.

వాడి బాణాల్లాంటి సంభాషణ, రైతాంగ దీనస్థితికి గల కారణాల వివరణ, చకచకా సాగిపోయే నాటక ప్రదర్శనా విధానం గమనించాకే ఎన్నో రిపోర్టులు వెళ్ళాయి. పోలీసుశాఖవారు 1938 మార్చి చివరి వారంలో రచయిత రాసుకున్న రాత ప్రతిని స్వాధీనం చేసుకుని నాటక ప్రదర్శనని మధ్యలో ఆపేశారు.

3-4-1938 న గుంటూరు జిల్లా కలెక్టర్ మదరాసు ప్రభుత్వ హోం శాఖ కార్యదర్శికి ఒక లేఖ రాస్తూ ఈ నాటకాన్ని నిషేధించాలని నాటకం

రాతప్రతిని జతచేసి పంపాడు. (చూ. అను IV) ఈ సిఫారసు స్వీకరించి ప్రభుత్వం, తెలుగు అనువాదకుడికి పంపి నాటక సంక్షిప్త కథను తెలియ చేస్తూ, అభ్యంతరకరమైన భాగాలను గుర్తించవలసిందిగా కోరింది. (చూ. అను V).

1931లో 'శాంతి సంగ్రామం' నిషేధించినప్పుడు కవి పేరు వేదాంతం వేంకట సుబ్రహ్మణ్య 'శర్మ'గా పేర్కొన్నారు.

ఈ నాటకాన్ని నిషేధించిన సందర్భంగా వేదాంతం వేంకట సుబ్రహ్మణ్య 'శాస్త్రి' అని రాశారు.

'స్వతంత్ర గర్జన' కావ్యం నిషేధించినపుడు వి. వి. సుబ్రహ్మణ్య శాస్త్రి అని పేర్కొన్నారు.

ఈ విధంగా ఒకే కవి పేరును రకరకాలుగా పేర్కొని, ఒకే కవిగా గుర్తించకపోవడంవల్ల ఈ కవి 'వేదాంతకవి'గా ప్రసిద్ధి చెందిన కవి ఒకరేనా అని మొదటి దశలో తేల్చుకోవడం కష్టమైంది.

10-9-1938 న ప్రభుత్వ అనువాదకుడి నుండి నాటక సంగ్రహం, అభ్యంతరకరమైన భాగాలను (చూ. అను VI) గుర్తించిన ఫైలు అందింది.

గ్రంథంలో మూడో పేజీలోని సీసపద్యం అభ్యంతరకరంగా ఉందని మొదటి కారణంగా పేర్కొన్నారు.

పేజీ 34లో 'కృతయుగంబున నా నృకేసరి రానిచో" అనే సీస పద్యం, పేజీ 48లో రెండు గీతపద్యాలు, పేజీ 52 లో సీసపద్యం పేజీ 88లో ఉత్పలమాల మొదలైన పద్యరచనలు అభ్యంతరకరంగా ఉన్నాయని చూపించారు.

ఈ భాగాలు జమీందారులకీ, రైతులకీ మధ్య విద్వేషం పెంచే విధంగా ఉన్నాయి కావున నిషేధార్హమని హోంశాఖ భావించింది. (చూ. అను VII). ఆ తరువాత ఫైలు నెల రోజులు వివిధ శాఖలు తిరిగింది. ఈ నాటకం కేవలం జమీందారీ వ్యతిరేకతనే కాదు పోలీసు, జైలు వ్యవస్థలపై దాడి చేస్తుందనే నిర్ణయానికి వచ్చారు.

చివరకు పబ్లిక్ (జనరల్) శాఖవారు కూడ నిషేధాన్ని ఆమోదించారు.

12-10-1938 లీగల్ శాఖ ద్వారా నిషేధ ఉత్తర్వు తయారైంది. 19-10-1938 న అధికారిక ప్రకటన (చూ. అను IX) వెలువడింది.

కొన్ని నాటకాలపై, కొన్ని గ్రంధాలపై గ్రంథకర్తలు పెట్టుకున్న అర్జీలవల్ల, ఇతర కారణాలవల్ల నిషేధాల్ని తొలగించారు. కాని 'జమీన్‌రైతు'పై నిషేధం తొలగించిన దాఖలాలు లేవు.

రచయిత కూడా ఆ తరువాత ఈ నిషేధాల గురించి ఎక్కడా ప్రత్యేకించి ప్రసక్తి తేలేదు. అందుకు కారణం 1947 తరువాత సంభవించిన అనేక వ్యక్తిగత, సామాజిక పరిణామాలని చెప్పుకోవచ్చు.

'రాజకోట' నాటకంపై నిషేధాల గురించి—

16-11-1990 న కొవ్వూరులో వేదాంతకవి అర్థాంగి శ్రీమతి పార్వతీదేవి 'రాజకోట నాటకాన్ని' 'కాంగ్రెస్ భారతం' పేరుతో అచ్చేశారని చెప్పారు. 'బ్రిటిష్ గయోపాఖ్యానం' నాటకంకూడా ఆంక్షలకు గురైనట్లు తెలిపారు.

వారు చెప్పిన తరువాత మళ్ళీ 'ఆర్కైవ్స్'లో వెతకగా 'రాజకోట' నిషేధాల రహస్యం తెలియవచ్చింది. రచయిత 'రాజకోట' నాటకాన్ని ప్రదర్శించడానికిగాను కృష్ణాజిల్లా మెజిస్ట్రేటుకి 16-10-1939 న దరఖాస్తు చేశారు. దరఖాస్తుతోపాటుగా రాతప్రతిని మదరాసు ప్రభుత్వ పరిశీలన నిమిత్తం పంపారు. రాతప్రతి రాలేదు కానీ ఈ నాటక ప్రదర్శనని నిషేధించిన ఉత్తర్వు (Go No 6097, Dt. 24-11-1939) అందింది.

ఈ విధంగా రచయితవి రెండు అచ్చయిన కావ్యాలు, రెండు నాటక రాతప్రతులు నిషేధానికి గురయ్యాయి. 'రాజకోట' నాటకం రాతప్రతి ఇంకా లభ్యం కావలిసే ఉంది.

రాజకోట సంస్థానంలో ఆనాడు సంభవించిన రాజకీయ సంఘటనలను ఆధారం చేసుకుని ఈ నాటకం రాశారు.

తెర దించే ముందుగా—

కొడాలి సుబ్బారావు అనే రచయిత 'సంస్కరణ' నాటకం ప్రదర్శించడానికి అనుమతిని కోరుతూ ప్రభుత్వానికి దరఖాస్తునీ, రాత ప్రతినీ సమర్పించారు. రాతప్రతిని స్వాధీనం చేసుకుని ఈ నాటక ప్రదర్శనపై కూడా ప్రభుత్వం ఆంక్షలు విధించింది. ఈ రాతప్రతిని కూడా వెలికి తీయవలసే

ఉంది. (వివరాలు G. O. No. 2970 Date 1–9–1949 Public (General–A) లో లభిస్తాయి.)

రాజకీయ నాటకాలపై నిషేధాల చరిత్ర ఇంకా ఎంతో దాగి ఉంది.

రచయితల, కళాకారుల, నాటక సమాజాల సామాజిక చైతన్యానికి, దేశభక్తికి నిషేధాలు కొలమానం కాకపోయినా సమాజంపై వాటి ప్రభావాన్ని తప్పక పరిగణనలోకి తీసుకోవాలి. అప్పుడే తెలుగు నాటక చరిత్ర సమగ్ర రూపం పొందుతుంది. ప్రతి నిషేధం వెనక 'రాజ్యం' స్వభావం, ప్రయోజనాలు ప్రస్ఫుటంగా కనిపిస్తాయి. ఈ స్వభావంలో వచ్చిన మార్పునీ, సాహిత్య కళా రంగాలపై దాని ప్రభావాన్నీ గుర్తించాలి.

సామాజికోద్యమం, స్వాతంత్ర్య సమరంలో రచయితల, కళాకారుల పాత్రకి సంబంధించిన వివరాలు ప్రత్యేక శ్రద్ధతో సేకరించాల్సి ఉంది. 'జమీన్ రైతు' నుండి 'మా భూమి' నాటకం వరకూ కనిపించే గుణాత్మక, రూపాత్మక, వస్తు, ప్రదర్శన, ప్రేక్షకాదరణ మొ॥నవి అంశాలను పరిశోధన పరిధిలోకి గ్రహించాలి.

ఎందుకంటే నాటకంలో 'పాఠ్యం' (Text) ఒక్కటే ప్రధానం కాదు. అది దాని సగం భాగం మాత్రమే. నాటకానికి నటన, రంగస్థలం, గానం, వేషం, భాష, ప్రేక్షకప్రతిస్పందన తదితరాలను కూడా తప్పక పరిగణనలోకి తీసుకోవలసి ఉంది. ఈ రెండో సగం గురించిన సమాచారం కూడా లభిస్తే ప్రభుత్వాలు నాటకాలంటే ఎందుకంతగా భయపడ్డాయో తెలుస్తుంది. ఈ అంశాల పరిశోధనకి తెర ఎత్తవలసిన అవసరాన్ని జ్ఞాపకం చేస్తూ ముగిస్తున్నాను.

-జయధీర్ తిరుమలరావు

కృతజ్ఞతలు

గత పన్నెండేళ్ళ నుండి ఏ సంస్థ సహకారం లేకుండా 'తెలుగులోని నిషేధ సాహిత్యం' ప్రణాళికను చేబట్టి సొంత డబ్బుతో సమాచార సేకరణ చేస్తున్నాను.

1990 వేసవి సెలవుల ప్రారంభదినం నుండి మద్రాసు, హైదరాబాదు ఆర్కైవ్స్‌లలో రాత్రింబవళ్ళు పని జరుగుతోంది. అలసట, విసుగు, ఓటములు కలగలిసిన ఓ మానసికావస్థలో మా తెలుగు విశ్వవిద్యాలయం వెళ్ళినప్పుడు ప్రతిసారిలాగే - "ఏం పని (పరిశోధన) చేస్తున్నావు" అడిగారు మా విశ్వ విద్యాలయ ఉపాధ్యక్షులు డా॥ సి. నారాయణరెడ్డిగారు. ఫలానా అని చెబుతూ, నేనెదుర్కొనే బాధలు కూడా చెప్పేశాను. వెంటనే ఫోను అందుకుని "ఫలానా వారి పరిశోధనకి సహకరించండి" అని ఆర్కైవ్స్ డైరెక్టర్‌ని కోరారు. అంతే కాదు నిషేధించిన రెండు నాటక రాతప్రతుల్ని తెలుగు విశ్వవిద్యాలయం ప్రచురణగా స్వీకరించడానికి తమ ఆమోదం తెలిపారు.

ఒక పరిశోధకుడిగా నాకది శక్తినిచ్చింది. పని చేస్తూపోతే ప్రోత్సాహం ఉంటుందన్న వాస్తవం తెలియజేసిన డా॥ సి. నారాయణరెడ్డి గారికి,

తెలుగు విశ్వవిద్యాలయం ప్రత్యేక విధినిర్వహణాధికారి జి. రామ కృష్ణారావు గారికి,

నాటి ఆం.ప్ర. రాష్ట్ర ఆర్కైవ్స్ డైరెక్టర్ డా॥ వి. వి. కృష్ణశాస్త్రి, ఈనాటి డైరెక్టర్ శ్రీ హెచ్. రాజేంద్రప్రసాద్, అసిస్టెంట్ డైరెక్టర్లు డా॥ పి. కృష్ణమూర్తి, శ్రీమతి ఎస్. కుసుమకుమారి, రిసెర్చి ఆఫీసర్ శ్రీ అక్కిరాజు జాన్, శ్రీ కె. సురేందర్, తదితర ఆర్కైవ్స్ ఉద్యోగ మిత్రులకి, కీ॥ శే॥ వేదాంతకవి గారి అర్ధాంగి వి. పార్వతీదేవి, వారి కొమారుల (కావ్యూరు)కి,

వేదాంతకవి అన్నగారు మహారాజశ్రీ (హైదరాబాదు) గారికి,

xi

నాటక రచయిత గురించిన కొంత సమాచారాన్ని డా॥ అక్కినేని నాగేశ్వరరావు గారికీ,

నాకీ పరిశోధన పనిలో చెదరని ధైర్యంతో సహకరించి సమానమైన పి. విజయలక్ష్మికీ,

ఈ గ్రంథాన్ని తమ ప్రచురణగా స్వీకరించిన తెలుగు లయానికీ,

కృతజ్ఞతలు !

—సం

విషయసూచిక

			పు. సంఖ
1.	ప్రథమాంకము	....	1
2.	ద్వితీయాంకము	....	29
3.	అనుబంధం	....	i-xii

'జమీన్‌రైతు' (నాటకం)
రాతప్రతిని నిషేధించిన ఫైలులో
కొన్ని భాగాలు.

జమీన్ రైతు నాటకము

ప్రథమాంకము

(హస్తినాపుర వీధి. కొంతమంది కూలీలు. వెంకన్న, రామన్న
ఉదయం దివాణమునకు వెళ్లుచు)

పాట

ఓదేవ నిరుపేదలను బ్రోవలేవ। మాదుకష్టమె నీకదృష్టంపు రేఖ
నిన్ను కన్నెట్టున్న నిర్భాగ్యమబ్బె। షుమ్మ గట్టెక్కించువా రెవ్వరింక
ఒక్కచిక్కిన మాదు నిరుపేదవారి। చెమట బిందువులన్ని శ్రీమంతు నింట
ముత్యంబులై మాదు ప్రాణహత్యలకు। చిచ్చుల పిడుగులై పడనిత్తువేమి ॥ఓ॥

రేయింబవళ్లు మా యాలిబిడ్డలతో। కలవారి లోగిళ్ళ బానిసలమౌచు
ఎంతచేసిన సేవ రవ్వంతయైన। జాలిలేకున్నను సంతృప్తిలేదు
వరి చాకిరి కింక కనుతెప్పపాటు। ఆలసించిన మేము చాలద్రోహులము
మా జీత భత్యములు సామాన్యముగను। యేడాదికైనను యిప్పించలేని
సామంతులందఱు ధీమంతులంట। యీ జగంబున కేము పెట్టినది భిక్ష
ఈ జమీందారుల రాజసంబులకు। కష్టజీవులమైన మా పుష్టి గాదె
జీవనంబని తెలిసె తావలంబుగను। కడగండ్లతో మేము కన్నీటియేట
కొట్టుకొనిపోవుచు సంక్షోభపడగ। పరమ సుకుమారులను పన్నీటియేట
యీదులాడింపుచు చూపింతువేల। ఓ దేవ నిరుపేదలను బ్రోవలేవ॥

రామ : అరే, దేవుడు కూడ మన మొర ఆలకించటంలేదే। యెన్నముద్దలు మింగేవాళ్లు

కాబోలు. కన్నతండ్రి కనికరం కూడ కాలచక్రంతోపాటు తిరిగిపోతుం డదా యేంట్రా! ఇయాల పన్ని కూలికోరికి పోకుండ దొరగోరు పరి పొలంల్ కి రమ్మని నిగామాన్ గోరు సెప్పేళ్లారు. మన్ని దివాణం కాడికి రమ్మన్నారంటగా యిప్పుడు.

వ : ఓ పూట కూటికింత కరువు తీర్చు పూడ్పుల రోజులొచ్చాయి కదా అను కొంటే, ఆ కూడు గూడ పడగొట్టటానికి ఈ జమీందార్లకు యవసాయా లొచ్చిపడ్డాయి. జమీందార్లేమో సోలెడు గింజలకంటె ఎక్కువ కూలీరు. మన కష్టానికి తగ్గట్టు రైతులు అడ్డెడు కూలిగింజ లిత్తుంటే, ఈ జమీం దార్లు వారి సొంత యవసాలయ్యే దాకా, రైతనే వాడికి మన్ని కూలికి పోనీరు. ఇంతకంటె అన్నెయ మేముంది. ఈ సంగతి చెప్పటానికే దివాణం కాడికి రమ్మన్నారు. అంతేగాని పుచేమి విసేషాలు పుసకాద లేవు.

(భుజముపైన వాలుకర్ర అడ్డముగా పెట్టుకొని చౌదరి ప్రవేశం)

చౌదరి: ఏం రామన్నా! నీ ముర్రా యావన్మందితో యీ యేడన్నా మా పొలం నాటు నెగ్గిస్తావని వస్తున్నా.

రామ : సిత్తం. జమీందారుగోరు మధ్యలో యేరల్లే అడ్డొచ్చి దాటనీకపోతే మేమెట్టా ఒచ్చేమయ్యా! ఆ రడ్డు తగలకపోతే సిత్తం తమకి మాత్రం అభ్యంతరం వుండదు

చౌదరి: ఆ యేరులు అడ్డంవస్తే దాటించటానికి చక్రాలబోటుపు నేనున్నానుగా

రామ : ఇదిగో నండో నాదొక మనవి. ఆ యేటిలో యిప్పుడు సుడిగుండాలు కొన్ని పడ్డయ్. వాటికి తోడు పెద్ద మొసళ్లు కూడ చేరినాయట.

చౌదరి: అవేవి చక్రాలబోటు దగ్గఱకు చేరలేవు. మొండిపట్టున మొసళ్ళడ్డ గించినట్లైతే.

గీ॥ అసహనంబున శిశుపాలుఁ - డడ్డగింప
చక్రధరునిచే శిరముఁ ద్రుం - చఁబడినట్లు
మనల నడ్డగించు మొసళ్ళ - మస్తకములు
ధర్మ చక్రంబుచేఁదెగి - ధరణి బడవె ॥

భయపడకుడు

సీ॥ తేనెటీగలు గూర్చు - తేనెకుఁ జెట్లపైఁ
గోతిమూకలు కాచు - కొనిన పగిది
చీమలు తెచ్చునా - చీరునూకకుఁ బుట్ల
లోఁ బాములు మెసలు - లోకువగను
వట్టియమాయక - పక్షులకై యచ
వులఁ జరించెడి కిరా - తుల విధంబు
వెట్టి గొల్లఁడు పెంచు - గొఱ్ఱెమందల కావ
లికి చుట్టు చేరు తో - డేళ్ళ మాడ్కి

గీ॥ మేటి శ్రీమంతులైన జ - మీనుదార్లు
కూలివాని నోటి కడు అ - కొన్న కూడు
కూడు పడఁగొట్టి బంగారు - మేడ లింకఁ
గట్ట నెంచిరి యేమందు - కాలమహిమ ॥

వెంక : ఏడెట్లున్నా తమ పొలంలోకే వస్త్రాం పదండి బాబు! చచ్చే చాకిరీ చేసి ఆ దివాణాలకాడ కూలిగింజలు కూడ పుట్టక చచ్చిపోయే బదులు మీ రైతుల పనిబాట్లన్నా చేసి యింత కడుపునిండా కూడు తిని బతుకుతాం. ఒః బలం ఆ తర్వాత జమీందారిగోరి సేతుల్లో పడి సచ్చే దెబ్బ తింటానికైన వోపికుండద్ది.

చౌదరి: మీ రెక్కల కష్టం మిమ్ము బ్రతికిస్తున్నది గాని, ఆ జమీందార్లు బ్రతికించేది లేదు. మా రైతాంగం బ్రతికించేది కాదు.

(లారీ పట్టుకొని కోపంతో బడే సాహెబు ప్రవేశం)

బడే : అరే ఏమ్టివోయ్! మీకి పిల్సి యేజామైంది. స్వరాజ్య మీటింగుల్ సేస్తే ఖుదా మీకి రచిత్తాడ్లే వేగి రండి!

చౌదరి: అదేమిటి బడేసాహెబ్! అంత హేళనగా మాట్లాడుచున్నావు

బడే : మాకి హేళనా యేమ్టీ వుందండీ. కూలోళ్ళని రైతుల్ని పోషించేది జమీందార్లు కాదని బోదిత్తుండ్రా ఆ మాట రాజాసాబ్ దగ్గఱ్కి వచ్చి

దొరః: నిజమే. అందులో తప్పేముంది. మీ రాజాగారి దగ్గిర చెప్పటానికి యిందులో మాకొచ్చిపడ్డ భయ మేముంది చెపుతాం. రాకపోతే అందరి కంటె కూలివాఁడు నీ నౌకరీవాఁడు వారికి లోకువ.

సీ. మీకు మాకెవ్వాని ఆకలి మంటచే
నమృతాన్నము సదాత- యి రు సపును
శ్రీమంతుఁడెవ్వాని- చెమట బిందువులచే
చల్లని చోట వి-శ్రాంతిఁ గొనును
ముప్పొద్దు లెవ్వాని- ఘూగ కోమున మాట
కారులై పై నధి- కారులైరి
తుట్టతుదకు నేఁడు- కట్టుగుడ్డ యు కరు
వై వట్టి నేల నె- వ్వాని దేహ

గీ. మొరిగిసందుస సుకుమారు-లరయ హంస
తూలికా తల్పమున గుర్క- తీద నిదుర
వోదు రతఁడుగాదె, త్రిజగ- త్పోషకుండు
ఆలుబిడ్డలు బరువైన- కూలివాఁడు.

ఆ॥వె॥ కూలివాని శ్రమయె- క్షోణీతలేంద్రుని
ఛర్మపీఠి పట్ట- భద్రుఁజేసి
సన్నుతించి సకల- సామ్రాజ్య లక్ష్మికి
పాణితలములఁ దల-బ్రాలు వోయు

బడే: మీ హటల్కీ మాటల్కీ మాకీ ఏం నిమిత్తంలేద్. ఆరే కదలీరండోస్ బేగీ.

వెంక: సరేగాని సాయబయ్యా! నీ జమీందోరిగోరి బెదిరింపులకు నీ అదిరింపులకు మాకూ భయం లేదు. ఇదివర్కిచ్చే కూలికి మేము రాలేమ్. ఎవరు గిద్దెడు గింజలెక్కువగా యిస్తారో వారికే మారెక్కలమ్ము కొంటాం. ఊరకే మాకు పున్నేనికి పెడుతుండారా? వణక్కుంటూ వచ్చి మీ పాదాలకాడ సేవసేసి చావడానికి. జమీందోరిగోరికి అక లుంటే, మాకేనా లేనిది. వారికి అదృష్టముంటే, మాకు మారెక్కల కష్టమే మహా అదృష్టం. చేసిననాడు తింటాం చేయన్నాడు పండు

కొంటాం. నీదారిని నీవు పోయి యిదిగో సాయబయ్యా! కాస్త నీగతి కూడ ఆలోచించుకో.

బడే : బలే; చౌదరయ్య చేసిన బోధ మీకి వంటాపట్టిందిలాగా వుందే.

వెంక : జమీందోరిగోరి యేనుగుతిండి నీకూ వంట పట్టిందిలాగా వుందే.

బడే : (కొట్టపోవుచు) అరే, ఏమ్టీ గాంద్రకాల్ పోతావ్ సువ్వర్.

చౌదరి: (పట్టుకొను)

వెంక : ఏంటయ్యా! నీ తెగనీల్గు. ముందు నీవంటివోళ్లకు బుద్ధిసెపితేగాని జమీందోర్లందరు దారికిరారు. (తిరుగవడపోవును)

చౌదరి: (రెండో చేతితో వెంకన్నను పట్టుకొని) సాహెబు! అయితే యేమిటి నీకీ పిచ్చ. వాళ్లన్నమాట నీ దొరలతో చెప్పు. మధ్య నీకెందుకొచ్చిం దీక్షోభ.

బడే : (విదిలించుకొని) సాల్లేవయ్యా! నీకీ మర్యాధఖాడ. నీ పొలం నాటు ఏస్తావ్ యీ సంవచ్చరం. కూలీ ముతాకి సమ్మెకట్టు కట్టిస్తుండావ్. ఉండు. నీకీఖాద రోజుల్ బాగుండలేద్.

(నిష్క్రమించును)

చౌదరి: నిజంగా యీ రోజు గ్రహచారం యీ సాహెబుకే బాగాలేదు. ఇక్కడ దెబ్బ తప్పినా, యీ ప్రొద్దుకు కూలీలను పిల్చుకొని రానందుకు అక్కడ జమీందారు గారిచ్చే చపాటీలు మట్టుకు తప్పవు. ఈ పిచ్చ సాయబు కప్పుడుగాని వాటి కమ్మతనం బాగా నసాళానికెక్కి బుద్ధి రాదు. ఈ కూలీలను బ్రతుకనియ్యకపోవటానికి నాబోటి రైతులను బ్రతుకనీయకపోవటానికి వీఁడి దెబ్బ తియ్య వారికంట్లే మధ్య వీఁడే మా లావుజమీందారైనాడే. ఇటువంటి వాళ్లు చేరే జమీంవార్లను చెఱి పేది. జమీందార్లపైన ప్రజలకు రోత పుట్టించేది. అదివరకున్న ప్రభు భక్తి విశ్వాసాలు నానాటికి తప్పిపోయేది కూడ యిటువంటి రాక్షసి మూక వల్లనే. ఈ కాసేపు జమీందారి హోదా వీఁడే ప్రదర్శించి పోయాడే.

వెంకన్న: అది కాదండి. చివరికి వీఁడందరి కంటె దివాలాదారుగా తయా

చౌదరి: అదెట్లాగో నిజమే. నిక్షేపమైన మహమ్మదీయ మతానికి కూడ యిటువంటి వాఁడొకఁడు కళంకం తెచ్చిపెట్టడానికి పుడతాడు. ఈ మలపతో మనకేంగాని రామన్నా!

రామ : అయ్యా!

చౌదరి: మీ మురా యావన్మంది తిన్నగా మా పొలంలోకి రండి. అందరికి పైటీబువ్వలు నేను పొలంలోకి తెప్పిస్తాలే. మఱేమి మీకొచ్చిన బయం లేదు. మీ ప్రాణానికి నా ప్రాణం కూడ తోడున్నదనుకోండి.

రామ : సిత్తం. వస్తాం. పదండి. (తెర వడును)

ద్వితీయాంకం

జమీందారు కుర్చీలో కూర్చుండును. ప్రక్క కుర్చీలో పంతులు కూర్చుండును.

దాసు తమలపాకు చుట్ట లందిచ్చుచుండును. రాణేదారు రైతులను గొల్లలను తన దగ్గర నిలబెట్టుకొని యుండును. బడేసాహెబు యెదురుగా నిలబడును. జమీందారు దర్జాగా సిగరెట్టు కాల్చుకొనుచు సిగరెట్టు నుసి తొడపైపడి దగ్గఱున్న దాసువంక కోపముతో చూచుచూ.

జమీ : కళ్ళకేం కనపట్టం లేదురా

దాసు : (దగ్గఱకు వచ్చి) ఏమిటండయ్యా!

జమీ : ఏమిటా (చెవులు పట్టుకొని) ఎధవ చూడు

దాసు : పొరబాటున చూడలేదండయా (దులుపును)

పంతు : చూడక్కర్లేదబ్రా! దగ్గఱున్న దెందుకు మఱి

జమీ : (నవ్వుచు) అది కాదండి పంతులుగారు! అది నుసి అయింది కాని, కర్మం జాలక రవ్వే పడితే.... ...ఏం కావాలప్పుడు.

పంతు: దగ్గఱ మా వంటి వాళ్ళుండి అంతవనికి రానిస్తామండి

జమీ : (బడే సాహెబువంక చూచి) ఓ సాహెబుగారు! మీరు నవాబులు కాబోలు. నీ వంటి చేతగాని నిగామాన్ని పెట్టుకొంటే యిహ యెట్టేట్ల కమతాలు బాగుపడ్డట్టేలే.

బడే : అయ్యా! నాకి యేమ్టి సేయమన్నార్ అప్పడ్కి యెంత జబర్దస్తీ సేసినా కూలోళ్ళెవరు నాకి లెక్కపెట్టడం లేద్ రాజాసాబ్.

జమీ : ఎవడ్రా నిన్ను లెక్కపెట్టేది. పిల్లి గ్రుడ్డిదైతే యెలికలన్నీ యెగతాళి చేయవూ. పిలిస్తే రానన్న ఆకూలి లంజకొడుకుల నందర్నీ జుట్టుపట్టుకొని తన్ని యీడ్చుకొని రావటం నీకు చేతైంది. నీవొక చవటవు, తినటానికైతే మట్టుకు అందజికంటె నూర్రెట్లు మిగిలిపోతావ్. పో....పో.... ...నీవు పొలంపోయి ఆ అంజాయినన్నా పంపు. వాడు కాని కూలిముండాకొడుకుల భరతం పట్టడు.

పంతు: ఏమిటోయ్ సాహెబు! అంతమాత్రం కఱకుగా లేకపోతే ఎట్లా, ఎబ్బేయిట్లా వుంటే దివాణాల వను లేమౌతై.

బడే : సిత్తం. కొంచెం నాస్తా సేసి జల్దీపోతా.

జమీ : ఏం త్రాగున్నావా? బుద్ధిలేకుండా మాట్లాడుతావ్.

పంతు: అదేమిటోయ్ నీ కిప్పుడు చెప్పిందేమిటి? నీవు చేస్తా నన్నదేమిటి? పో....పో.... బలేవాడివేనే మొత్తానికి (నవ్వు)

జమీ : పంతులుగారు!

పంతు: (అతి వినయంతో) చిత్తం

జమీ : అవతల బోలెడు సొమ్ము పోసి దమ్ము చేసిన పొలం యెండుకు పోతుంటే, తిండికి పోతానంటాడేమిటి. వీడి తిండి తగలపడ. (బడే సాహెబువంక కోపముతో చూచి) ఏం నీ కన్నాడా చెప్పుదెబ్బ లేమన్నా తగలాలా పోవేం.

పంతు: పోవోయ్ వెఱ్ఱి సాహెబు!

బడే : (పోతూ తనలో) అరే అల్లా! కూలోళ్ల మాటే సచ్చం (నిష్క్రమించును.)

జమీ : పిల్లలు గలవాడని వుంచామండి. యిహ మా తాణేదారుగారు తాణేదారు గారే. వారానికి రెండు రోజులు కనపడతారు. ఏమయ్యా! పలకవేం. రైతు లెంత మందొచ్చారు?

రాణే : రైతు లిప్పుడు నల్గురే వచ్చారండి. (రైతులతో) ఏం బాపిరెడ్డి! వచ్చింది మీ నల్గురేగా; చెప్పరేం దొరగారితో.

బాపి : ఏంకాలయ్యా! వచ్చింది మేము నల్గురమేనండి.

జమీ : తెచ్చారా? రోగడ దఫా దిగబడ్డ బకాయీలతోబాటు సిస్తు.

బాపి : లేదయ్యా. నిరుడు మా కెవరికి గిద్దెడు గింజలు కూడ పండలేదయ్యా పాతబకాయీ లెక్కల్లోంచి తెచ్చేమయ్యా.

పం : ఈ మాట లొప్పగించడానికేనా వచ్చింది.

జమీ : ఏమిటి? గిద్దెడు గింజలుకూడ పండలేదుగా? పాపం. పండకపోతే యిప్పటిదాకా గొడ్డు బిడ్డా యెట్లా బ్రతికున్నారు? వింటున్నారా! పంతులుగారు! వీళ్ల చమత్కారం.

పం : [illegible] చిత్రం. అదేమిటి? బాపిరెడ్డి? ఎంతకాలం మీ తిప్పలు చెప్పకోవమేనా?

జమీ : [illegible] కూడ పండకుండా యెండిపోయెనేమోనండి పాపం.

పం : పొలాలతోటి యెండుకుపోయినప్పుడు వీళ్లనోళ్లు కూడ యెండుక పోవాలిగా?

బాపి : అయ్యా! నోటికాడి కొచ్చి సన్నం నేల పాలాయినట్లు జరీబులు కోత [illegible], అకాలపు వడగండ్ల వర్షం కురిసి మట్టి పాలాయె గదండి.

జమీ : పాపం. మీకు మట్టుకు భగవంతుడు వంకలు చాలా చూపాడుగాని, గవర్నమెంటుకు [illegible] పేష్కష్షులు చెల్లించు మాకే యేవంకా చూపెట్టాడుగాదు.

పం : అయ్యా! దొరగారు! అసలు మీ దగ్గర పేష్కష్షులు వసూలుచేసే సర్కారువారు రెండుమూడు రోజు లాలస్యమౌతే వూరుకొంటారండి [illegible] అప్పటికప్పుడే యెస్టేటు యావత్తు గవర్నమెంటు

స్వాధీనం చేసుకోటానికి ఆర్డర్లు జారీచేసి పంపుతారు. ఇంకా ఈ వంకలకీ బొంకులకీ ఆగుతారా?

జమీ : మాకంటే రైతులే సర్వవిధాల నిర్విచాదులండి. వాళ్లకేం యేడాది కొకమాటే సిస్తు చెల్లించాలి. అది గొప్ప తగలాటం కాదు. మావంటి జమీందారు లింకా యేడాదికి మూడు తడవలు రెప్పపాటాలస్యమన్నా కాకుండ కిస్తీలవారీగా పేష్కషులు చెల్లించాలంటే ఎంతకష్టమో ఆలో చించండి. ఇంకా యిట్టి బకాయీలు రాఁబట్టుకోకుండావుంటే కష్టపడి మా పూర్వు లార్జించి యిచ్చిన యెస్టేట్లు నిలిచేటట్లేనా? పంతులుగారు!

పం : ఎబ్బే, యిట్లైతే యెట్లా నిలుస్తయ్యండి. అదికాదు, ఈ రైతులు ఒక వంతు వాళ్ల కష్టం చూసుకొన్నా రెండువంతులు యెస్టేట్ల కష్టం ఆలో చించకపోతే యెట్లాగండి.

బాపి : అయ్యా! ఇప్పుడు తలో పది రూపాయలు తెచ్చాం. యివి తీసుకొని, మా అరకల్ని యిడిపించండయ్యా.

జమీ : మీకే పంటలు పండనప్పుడు ఈ రూపాయ లెక్కణ్ణుంచి వచ్చినై.

బాపి : అయ్యా! తినే కంచాలు తాగే చెంబు లమ్ముకొని తెచ్చాం.

పం : ఆ....ఏమిటీ.

జమీ : అట్లాగా. బాగానే వుంది. మిగతా పైకమో.

బాపి : మిగతావి యేలినవారిదయవల్ల యేరిశనక్కాయి తీసినతర్వాత యిస్తా మయ్యా! యేలినవారు తండ్రులు మేము బిడ్డలము.

జమీ : పంతులుగారు! ఈ రూపాయలు మట్టుకు దయతాల్చి తెచ్చారను కొన్నారా! అరకల్ని పశువుల్ని ఆటకాయించి దివాణం దగ్గరకు తోలు కొచ్చేటప్పటికల్లా రాలినై.

పం : అంతేనండి. ఈ కాలంలో మంచిమాటలకు రాలవు. అందుకనే, రాజులకు దండనాధికారం విధించినాయ్ శాస్త్రాలు.

జమీ : ఈ తడవ బకాయి లిట్లా వదలిపెట్టముసుమా. ఎక్కడికక్కడ గొడ్డు బిడ్డ వేలంవేసి మా సిస్తులేవో రాఁబట్టుకొంటాం. చెఱువులుపోసి,

పాపంకదా అని చూచు

కొంటుంటే, ఎప్పటికప్పుడు పరగడుపే అని, సిస్తులివ్వక తిని కూర్చుంటారా! దివాణాల్లో అక్కర్లొచ్చి పాలు పెరుగికి కబురుచేస్తే గేదె తన్నిందని పూకు పాడిలేదని చెప్పటం చేతౌతుంది. చాటుమాటు నేమో బానెడు బానెడు నెయ్యి మట్టుకు అమ్ముకొనటం వీలౌతుంది. మీవల్ల మాకు గడ్డిపోచంత వుపకారం లేదు. మా వల్ల మీకేమో మెతుకులు గొంతులోకి జారేదాకా సమస్తమైన వుపచారాలు జరగాలి. ప్రభువులంటే భక్తివిశ్వాసా లేమక్కర్లా? ఓ ఠాణేదార్! తెచ్చినమట్టు కాపైక మేమిటో తీసుకొని తిరిగి వేర్శేసగ కళ్లాలప్పుడు వీళ్లకాయంత దివాణం దగ్గఱకు తోలించుకురా? షరాబు వచ్చాడా?

ఠాణే: రాలేదండి.

జమీ: పంతులుగారు! విన్నారా! నౌకర్ల పనిబాట్లు.

పం: చిత్తం. అదేమిటయ్యా! గుమాస్తాగారు! ఈ ప్రొద్దుకింతా షరాబు రాలేదు. బాకీలు వసూలుచేసుకోటానికి మాలగూడాలపైకి దండెత్తాడా యేమిటి?

ఠాణే: ఏమోసండి.

జమీ: మాకా బడే సాయబుగారొక నవాబు. ఈ షరాబుగారొక ఖరాబు. బాగానే వుంది.

పం: ఆ సాయబు మాటి కింటికి దయచేశాడు కాబోలు. ఇంకా అంజాయి రాలేదు. అందరు బలేవాళ్లే దొరికారు.

జమీ: ఈ సాయ బసలక్కడి కెళ్లాడో లేదో. ఇదిగో! ఠాణేదార్! ఆ తోలు కొచ్చిన అరకలను పశువులను యీతడవకు వదలిపెట్టు ఓ బాపిరెడ్డీ!

పం: ఏమోయ్ బాపిరెడ్డీ మిమ్మల్నే ఇక్కడకొచ్చి యెక్కడో పరధ్యానంలో వుంటారే? పిలవటంలా దొరగారు.

బాపి: అయ్యా అయ్యా!

జమీ: జిల్లా బోర్డు ఎలెక్షన్లు మళ్లీ వస్తున్నయ్యి. యీ తడవ మీ మీ యిళ్లల్లో వున్న పాలేర్లదేభీలు వోట్లున్నయ్యి. వింటున్నారా?

బాపి: అయ్యా! యినకేమండి.

పం : అట్లాగాదు. ఒళ్లు జాగ్రత్తపెట్టుకొని వినండి.

జమీ : మాతో పోటీగా నిల్చేపార్టీవారితో, మీలో యెవరైన మాటిచ్చినట్లుగాని మాట్లాడినట్లుగాని తెలిసినట్లైతే యిదిగో చెపుతున్నా యింకేమిలేదు ఆ నాటితో మీరంతా కొంపా గోడె వదిలిపెట్టి

పం : నెత్తిన చెయ్యిపెట్టుకొని

జమీ : ఈ వూరినుంచి లేచిపోవలసిన గతి పడుతుంది. విన్నారా!

బాపి : ఇదివరకెప్పుడైనా మీ మాట యెదిరించినామండి. అట్టా సెలవిస్తారు!

పంతు: ఆ. అది. అట్లా జ్ఞాపకముంచుకోండి.

(ఆంజాయి ప్రవేశము)

అంజా: ఏమండీ దొరగారు! నన్ను రమ్మన్నారట.

పంతు: ఇప్పుడా, ఆ సాయబు నిన్ను పంపించేది.

అంజా: కూలోళ్ల కేమొచ్చింది తిప్పలు. చౌదరయ్యగారి పొలంలోకి పోతున్నా రట. ఆ చౌదరయ్య ఈ వూరికి తానే జమీందారనుకొంటం కాడికి వచ్చింది.

జమీ : వచ్చింది. వచ్చింది.

అంజా: ఇంకా మీరూరుకుంటే కాదండి.

పంతు: వూరుకుంటే వూరుకూడా చెడిపోదు.

జమీ : ఇదిగో ఆకాస్త అణిగిస్తా. వెనకముందు చూడకుండా కనపడిన కూలోణ్ణల్లా తన్నుకొంటూ పొలంలోకి యీడ్చుకురా. తర్వాత ఆ కావరమేమిటో చెప్తా.

అంజా: చిత్తం. పడమటి మాగానికి యివాళ్ల కూడ రైతుల అరకలు పది వచ్చి నట్లైతే అంతటితో ఆ నాటైపోతుందండి.

పంతు: రైతులిక్కడే వున్నారుగా; యిప్పటికి వీళ్ల అరకలు తీసుకుపో.

జమీ : బాపిరెడ్డి! మీ నల్గురికున్న అరకలు కట్టుకొని మా పొలంలోకి పదం డోయ్.

బాపి : చిత్తం. అయ్యా! ఇప్పుడిచ్చిన మా మా పదిరూపాయలకు ముట్టినట్టు రసీదిప్పించండి. పోయి వస్తాం.

వెంక: అప్పుడు రసీదివ్వకపోతేయేం. యివ్వలేదని ముట్టలేదని దొరగారు ఏమీ చెప్పలేదనుకొన్నారా! ముందు పొలంలోకి పదండి.

జమీ: శిస్తంతా ముట్టచెప్పినప్పుడే రసీదులు పదండి పొలంలోకి.

రాము: వెంకయ్యా.

వెంక: మళ్లా మీరాలస్యం చేస్తేగాదు. తొందరగా రావాలి.

రాము: అట్లాగే లేవయ్యా

వెంక: అట్లాగంటే కాదు, ఇక్కడున్నట్లుగానే రావాలి.

జమీ: గొల్లలు వచ్చారా?

గొల్లలు: వచ్చామయ్యా! దండాలు.

వెంక: వచ్చినవాళ్ళు సమాధానమిస్తారేం. ముందుకు రండి.

జమీ: ఎక్కడున్నాయిరా మీ మందలు పెంట కడుతున్నవి.

గొల్లలు: పొదరయ్యగారి జొన్న చేలల్లోనయ్యా.

జమీ: ఏమిటీ! . మీరూ తెనుగుమీరిపోతున్నారే. దివాణపు పచ్చిల్లో మేపి పరాయివాళ్ల చేలల్లో పెంట కట్టండి.

వెంక: పిల్లికి చూడకొంటే కాదండి. మన యింట్లో తిని వాళ్ల యిళ్లల్లో చేతులు కడిగే మొగాలు పిల్లె.

జమీ: ఇన్నాళ్లనుండి దివాణానికి మామూలుగా యిచ్చే వేటలు కూడ యివ్వటం మానేస్తున్నారుగా. ఒక్కట కలిసి కొట్టుకొంటున్నారా. అంజాయ్! వీళ్ల గొర్రెమందల్ని అడివికి పోకుండ ఆపుచెయ్యరా. రోగం కుదురుతుంది.

వెంక: అంతేనండి వీళ్లకి ప్రాయశ్చిత్తం.

గొల్లలు: అయ్యా! స్వామి!

జమీ: మాట్లాడక లంజకొడక. అరేయ్! వాఁడెవఁడోగాని పట్టుకొని తన్నరా.

అంజి: మాయరా! నోరు ముయ్.

జమీ: అంజాయ్! వీళ్ల నవతలికి గొట్టి, ముందు కూలోళ్లకోసం పో.

పంతు:

సీ॥ నిలువనీడను నిచ్చి-ఫలరసాన్నము వెట్టు
ఈ ప్రభోత్తముని స్మ-రించుకొనుఁడు
వెన్నవంటిమనస్సు-కన్నతండ్రి తపస్సు
గల యీ నృపునియాజ్ఞఁ-దెలుసుకొనుఁడు
పెల్లభయంబిచ్చి-పెట్టనికోటైన
ఈ భూపతిని ధిక్క-రింపకండి
వసుధపై ప్రత్యక్ష-భగవానుఁడై నట్టి
ఈతనిచరణ స-రోరుహద్వ

గీ॥ యము కడిగి తజ్జలము ద్రాగి-నట్టులైన
జన్మ పావనమైపోవు-సార్థకముగ
గాన, మఱచిపోకిఁక ప్రతి-క్షణము మీరు!
రాజభక్తిని తిరుగుడో-రైతులార.

పంతు: ముందు ఆ పనికి పోవోచ్. ఇదిగో యీ గొల్లముూకను అవతలికి గొట్టు. చెవికింద పాడుగోల.

అంజా: (గెంటుకొంటు) పదండ్రా బయటికి.

గొల్లలు: ఓవుండవయ్యా! నీకు మేకపిల్ల నిత్తాము లేవయ్యా!

అంజా: (గెంటుచు) మేకపిల్లావద్దు గొఱ్ఱెపిల్లావద్దు పదండ్రా(నిష్క్రమించుచు)

జమీ : ఏం బాపిరెడ్డి! మీరింకా వెళ్లలేదే.

బాపి : అరకలను పశువులను ఇంకా వదలిపెట్టలేదయ్యా.

జమీ : ఓ ఠాణేదార్! ముందు వాళ్లని పంపూ.

పంతు: వస్తున్నాళ్లే పదండిమీరు. మీ అరకలెన్నో పశువులెన్నో వున్నవెన్నో పోయినవెన్నో చూచుకోండి.

జమీ · పంతులుగారు! మనం చెమన్లోకి వెళ్లివద్దాం?

పంతు: చిత్తం (నిష్క్రమింతురు) (కూడా ఠాణేదారుకూడా కూడపోవును)

బాపి : ఇంకా యీ రాక్షసరాజ్యంలో బ్రతుకలేంగాని పదండరా. ఎక్కడి దొరికార్రా మన ప్రాణాల్కి ఈ పంతు లొకఁడు ఆ గుమాస్తాగా, దొకఁడు. యములోళ్లే యీనిగామాన్లు. చావు తప్పి కన్ను లొట్ట

పోయినా, కాస్త ఆ దేవుఁడు వరమిచ్చాడుగాని యీ పూజారిమట్టుకు పుణ్యం వచ్చి మళ్ళైనా యివ్వడు. ఏం చేద్దాం. వాళ్ల రోజులివి. రాణే దారుగారు వస్తుండారరుగో

(రాణేదార్ ప్రవేశం)

బాపి : ఏమండీ రాణేదారుగారు! మమ్మల్ని పంపింతురు. మీకు పున్నె ముంటుంది.

రాణే : పోవచ్చుగాని; యిదిగో! బాపిరెడ్డీ! మీకు జ్ఞాపకముందా?

బాపి : ఏంటండి.

రాణే : వెనకొకతడవ యిట్లాగే మీ గుఱించి యెంత కష్టపడింది మఱచిపోయా వప్పుడే?

బాపి : తర్వాత చూద్దాం లెండి. నిన్న పైటేళ్లనుంచి మేత నీళ్లు లేక గొడ్డెట్లా [illegible] చూడండి. పంపింతురు. మీరు గూడ పుణ్యముండు కేడిపిస్తారు.

రాణే : ఓ గొడ్లకు దగ్గఱుండి నీళ్ల మేత నేను చూడకపోతే, మీకా మాత్రం గూడ అవి దక్కేవేనా?

బాపి : సరేగాని, మా అయ్యా; (కాళ్లకు మొక్కుకుంటూ) రేపు తెచ్చి యిచ్చు కొంటాలెండి.

(కవిప్రవేశం)

కవి : అయ్యా! దొరగారున్నారా?

రాణే : కవిమాట వినిపించుకోకుండా బాపిరెడ్డితో) రేపు మా యింటికి వస్తారా? వచ్చేటప్పుడు తప్పకుండా జ్ఞాపకముంచుకొని తెస్తారా?

కవి : అయ్యా! దొరగారూళ్లో వున్నారా?

రాణే : (చీదరించుకొంటు) ఏమిటయ్యా; మాట్లాడకుంటే, మాట కర్థంవస్తావ్. దొరగారికే వస్తారు.

(రైతులు, రాణేదార్ నిష్క్రమించును)

కవి : ఉ॥ కొంచెముగాడ టీలెక-కోమలితో నెకసక్కెమాడి, ప్రే
మించు పిటుక్‌జరాత్పరుఁడు-మెల్లఁగఁజల్లఁగ పల్కరించ, యే

కొంచెమునైన జూచతఁడు-కొంపలుగుండమువేయువాఁడు తా
లంచముకై పెనంగుతఱి-లక్ష్యము వెట్టడు దేవదేవునిన్॥-

(జమీందారు, పంతులు ప్రవేశం)

కవి : అయ్యా! నమస్కారములు.

జమీ : పంతులుగారు! ఈయ నెవరండి?

పంతు: ఎవరండి మీరు?

కవి : అయ్యా! నేను కవిని.

జమీ : నాకేం తెలియటంలా. ఏమిటండీ? యీయన చెప్పింది.

పంతు: వారు కవీశ్వరులట.

జమీ : అయితే ఏం పనిమీద వచ్చాడు.

పంతు: కనుక్కుందాం. ఏం పనిమీద వచ్చారండి మీరు?

కవి : ఉ॥ సంపదకేమిగాని గుణ-సంపద కల్గిన వారికీర్తి భూ
పింపఁగ లోకమందు కవి-జీవితమంతయు ధారఁబోయుఁ గీ
ర్తింపఁగవచ్చినాఁడ భవ-దీయ వినిర్మల ధర్మబుద్ధి; హా
లింపు ధరాతలేశ! ముర-శ్రీప్రియుఁడేలుత మిమ్ము నిచ్చలున్॥

సీ॥ మీ దివాణమునిండ-మేలిమిగల ఛాయ
మా దివాణంబోన్న-మశ్మివాయ
మీదు సంస్థానంబు-పేదసంత్రాణంబు
మాదుసంస్థానంబు-ఖేదనంబు
మీ దేవిడీ ముందు-మృత్యుంజయుని చిందు
మాదేవిడీలేవి-డీదటందు
మీ కొల్వుకూటంబు-సౌకర్యపటలంబు
మా కొల్వుకూటంబు-మంటపంబు

తే. మీ కుమారులు సుకుమారు-లాక యనరు
మాటమాటలు పలుమారు-లాక లంట్రు
యుష్టిపేకాని మీకు మా-కేమిభేద
మెందు వెదకిన లేదు మ-హీతలేశ॥

ఆ. అస్వతంత్రతానూనదీ-నానసమున
దగపడి క్రుష్ణలన్‌రాల్చు-భరతమాత
పాదశృంఖలములద్రెంచి-తల్లి నూర
టించు గ్రంధంబు లేను ర-చించి గాంధి
దేవునికి సంకితము నిత్తు-ధీవిశాల॥

ఉ. కాన ననుగ్రహించి యుప-కారమొకింతకు నెమ్మనంబునన్
బోనిని సమ్మతించి భవ-దీయులు సాయము సేతురంచు దెం
దాన దలంచినాడ కవి-తాలలనామణి వచ్చె వేడ్కతో
దానిని సత్కరించి వసు-ధాధిప! కీర్తిధనంబు నింపుకో॥

శిష్యు. ఏమిటి గొడవ పంతులుగారు!

పండి. అయ్యా! దేశోద్ధారణకు పనికివచ్చు గ్రంధాలు వ్రాస్తున్నాడట.

శిష్యు. వ్రాసుకోమను. మనమేమన్నా అడ్డము వచ్చామా.

పండి. అదిగాక ఆ గ్రంధాలు గాంధీగారికి అంకిత మిస్తాడట.

శిష్యు: ఇచ్చుకోమను. మనమేమన్నా వద్దన్నామా.

పండి. గాంధీగారు తక్క యీ భూమండలాన తన గ్రంధాలికి కృతినాధులింకె
వ్వరు లేరట.

శిష్యు: లేకపోతే భూమికేమైనా చెర్తా.

పండి: సుకుమార ప్రభువులు కృతిపతులుకావడానికి అసలే అర్హులుకారట.

శిష్యు: కాకపోతే కాకపోయినాడుగాని, అసలీయన మన దగ్గఱకు
వచ్చిం దెందుకు ?

పండి. ఆశ్రయించటానికి, అంటే యాచకానికి.

జమీ : మనవల్ల తనకేమి లాభంలేదని చెప్పండి. (నవ్వుచు) మఱచిపోయినా, మీకున్నూడ పద్యాలల్లటం వచ్చుగా ?

పంతు: తమ అనుగ్రహంవల్ల ఆ పాండిత్యమూ అలవడ్డది.

జమీ : సరే, ఆయన మన కొప్పుచెప్పిన పద్యాలకు బాకీపడద మెందుకు. నా పేర ఆయనికి నాల్గు పద్యాలు ముట్టఁజెప్పి వంపండి. దేశసేవ గీశసేవ మనకేం వద్దుగాని (నిష్క్రమించు).

పంతు: మీ పేరేమిటో కవిగారు :

గీ॥ పొట్టకూటికి గావేషములు ననేక
ములు విశేషములు జనించి-మోసపుచ్చి
దేశమును ధ్వంసమునుజేయు-ద్రిమ్మరులను
నాశనమొనర్పగాఁబుట్టి-నాము మేము॥

కం॥ ఇక్కతన వచ్చితనియే
మొక్కంతయుఁ దెల్య కిట్లు-నోరెమితో డన్
ప్రక్క నిలుచుండ నిచ్చితి
మక్కజముగ దేశసేవ - నంటింతుగదే

కవి : ఇది మీకు పుట్టినభయమా ? లేక మీ ప్రభువుగారికి పుట్టిన భయమా ? ఇటువంటి దాతృత్వముగల ప్రభువులని తెలిసినట్లైతే యిచ్చటకు వత్తునా; మధ్య మీవంటివారిచేత మాటపడుదునా.

పంతు: యాచగాని కొచ్చావా ? జగడాని కొచ్చావా ? ఏమి నీ నిర్లక్ష్య స్వభావ విజృంభణ.

కవి : ఔను. యథార్థము. నాది నిర్లక్ష్య స్వభావ విజృంభణయే. లేకున్న, యెక్కడైన నేను గూడ నీ మాదిరిగానే వుందును.

ఆ॥వె॥ పిరికి నక్కగమను - పీన్గుల ముట్టక
మదపుటేన్గులఁదిన - మఱుగువారికి
దాగఁబోవుచోట్ల - దయ్యాలు పైఁ బడి
పెనఁగులాడునట్లు - ప్రేలుటేల ?॥

పంతు: చాలు చాలు. నీ కవిత్వంలోని పసకు చాలా సంతోషించాం గాని కట్టి పెట్టు.

గీతమాలిక : నేఁడు నీదు జానెడుపొట్ట-నింపుకొనుట
కు, గతి లేక యింటింటికిఁ-గుక్కపగిది
తిరిగితిరిగి కడకు చెప్పు-దెబ్బలిముటు
కెక్కడో తృప్తిగా దిని-డొక్కడోలు
డోలటంచు వ్రేలాడి మా-పాలఁబడుచు
మొఁగమునను జూడ నెత్తురు-బొట్టులేక
దీనముఖుడ వౌదువు కూడు-తినినదాక
పిదప లోకనాడించి గ-ర్వించి వాదు
లాడఁట కుపక్రమించి గ-య్యాళివలెను
లెక్కసేయ వెవ్వరినైన-నక్కతనను
భరతమాతృ దాస్యవిముక్తి-కరయ సత్త్వ
ర స్వరాజ్యసంప్రాప్తి సం-రంభముగను
గూడి కనుచూపుమేర చే-కూరకలదె? ॥

(జమీందారు ప్రవేశం)

జమీ. పంతులుగారు! మీరుండండి. ఏమిటయ్యా సీ వదరుబోతుతనం. నీ వంటి దేబిరిగొట్టువాండ్రవల్ల స్వరాజ్యం వచ్చి బాసపడ్డట్టేగాని నడు నడు. రండి పంతులుగారు! (పంతులు జమీందారు నిష్క్రమింత్రు)

కవి : (పోతూ) బహుమానము బదులు అవమానమా? సత్కారము బదులు తిరస్కారమా?

గీతమాలిక

ఎంత జెడిదంపు పలుకు ని - ర్హేతుకగ, మ
దీయ కర్ణపుటమున గ-ద్దించిపడెనె
గాని వినుఁడింక నవ్వాని-కంఠక్రొవ్వు
న, వినవచ్చు కఠినవచ-న స్వభావ
నిస్వన పరిస్ఫుటాంశదు-ర్నీతి తతుల

వచనం॥ ఏమంటివి !

ధరణి నీవంటి నిర్భాగ్య-తల్లజుల స్వ
దేశమాతృ సేవాదీక్ష-తేజరిల్లి
నందున స్వరాజ్యమిఁక వచ్చె-అవని మేము
బాగుపడినట్లెగాని యె-వండ వీవు
నడునడుమని కసరుచుఁగ-న్పట్టువార
లేడ ? కవి యేద ?

వ॥ గాని, యే చీకుచింతలేక-

వరహాల-మేడపైన
హంసతూలికాతల్ప శ - యన వినోద
క్రీడనా పొందితీదుర్యు - లేడ; సూర్య
చంద్రులు నివసించెడి వర్ణ - శాలలందు
వట్టి నేలపైనను మేను - వాల్చి, ఆ, జ
గన్నియంతను మెచ్చి మా - కిన్నతండ్రి
ఓవె ! మమ్ములందఱి మోయు - చీవు పడిన
శ్రమయుడుగ నేఁడు నామన - శ్శయ్యను వవ
ళించి పొమ్మని వేడి ప్రా - ర్థించు వెట్టి
వాఁడ నేనేడ ?

వ॥ పూర్వము నుంచి, —

నిరుపేద - ప్రజలు నోరు
లేని పశువులవలె పడ - రాని పాట్లు
పడుచు గడ్డిఁగఱచి పాడి - పంట నింటఁ
జేర్చి, సొమ్మసిల్లుచు నిండ్లఁ - జేరి వస్తు
లను బరుండ

వ॥ విశ్వాసమున్నది యే కోశమందున లేక -

తా మమృతాన్న - మును భుజించి
బొ్రల నవరించుకొని ప్ర-భుత్వ తీవి
ప్రజ్వరిల్లఁజేసెడి భాగ్య - వంతులేడ ?

వ॥ భీష్మ ప్రతిజ్ఞచే—

దారుణి నిరంకుశ ప్రభు-త్వమును జితిపి
బక్కచిక్కిన నిరుపేద - వాని బ్రతుకు
భాగ్యవంతము సేయు ని - ర్భాగ్యఁడేడ ?
భోగలాలసులై పేద - బొమిక సొటఁ
గలచి కలకల కొఱకంగ - మఱగిన ధన
వంతు లేడ ?

వ॥ ఈ సమస్త ధరాచక్రమంధున—

ధర్మజు పరి - పాలసకయి
సకల సామ్రాజ్య భోగ పి - శాచములను
గోచిపాతకు బలియిచ్చు - కొనిస యూద
రిద్ర నారాయణుండేడ ? - భద్రమతిని
శపథమును జేసి యనిన మా - టపయి కూడ
నిలువలేనట్టి పౌరుష - నీయు లేడ ?

వ॥ ప్రాణములపై ఆసయే లేక—.

ప్రతినబట్టియు చెల్లించు - వరకు ధర యు
గంధరునివలె నున్మత్తు - గఁ జరియించు
పిచ్చవాఁడేడ ?

వ॥ కాని, ప్రశస్తమైన పలహారముల మట్టుకు—

ముంగటఁ - దెచ్చిపెట్ట
వాని నామ రూపముల ని - దానముగ వ
చింపుకొనుచు మెక్కుటకు వి - శేషప్రజ్ఞ
గాంచు మేధావులేడ ? ప్ర - పంచ లీలఁ
కలమున గులికించి గులాబి - కాంత సౌకు
మార్యముఁ పదవిస్ఫురణ న - మర్చుచు నిజ
ధీప్రవీణత సృష్టి స్థి - తి లయ కార
ణ నిపుణుని గనుగొన్న ఘ - నతర దివ్య
నామకుఁడయిన కవి సార్వ - భౌముఁడేడ ?

అట్టి కవిచక్రవర్తిలో - కైక కీర్తి
గల మహాత్ముఁడాతఁడె మహా - ప్రళయరూప
ధారి యగునట్లు

వ॥ దుర్మదాంధుల మోయుచున్న—
యీ వసు - ధావధూటి
యెంతగఁ దృణీకరింపఁజే - యించె నౌర !
యీ ప్రభాకర సోములు - సుప్రసిద్ధ
తేజము గలవారై యెంత - తేల్కగా ని
రాకరింపఁ జూపించిరే - లోకమందు

వ॥ కానిమ్ము—
ప్రతినను యీ కవి కంఠీర - వంబె వైరి
వీరమద కుంభికుంభాగ్ర - పిశిత మనుభ
వించి, తక్కిన దాని క - పేక్ష పడు క
దఁ గల బక్కసక్కలకు వి - డచి యరణ్య
రోదనకుఁ దా శరణ్యమై - మేదినిక్ స్వ
రాజ్య సంపాదన కీఁక వ - రాక్రమ ధని
కుఁ డగుట కనర్హుఁడెట్లౌనె ? - పుడమి సుజను
లార ! వింటిరే ? చెపుడయ్య ! - మీరలైన ॥

సీ॥ జలచరాదులకుఁ దా - వలయైన యా గంగ
నాకు జీవన మియ్య - లేకపోయె
పురుగుపుట్రకు నెట్టి - కరువునుంపనిపుట్టి
నాకు రుచికరము - గాకపోయె
పక్షులకునిలువ - పట్టుకొమ్మలవేయు
చెట్లేవి నను జేతఁ - జేర్పవాయె
పశుపోషణకు మేత - పట్టిననేల నా
కిష్టమౌ గడ్డి పు - ట్టించదాయె
గీ॥ మూగదేవుళ్లనిన్‌మోయు-ఆ గిరులకు
నోరుగల యీకవీంద్రుఁడు-భారమయ్యె

యిట్టి బలహీనునిన్ బెద - రింపఁదొడఁగె
కడకు నీవును కసరి నీ - కడకు యీ ద
ర్దిదు రానీనిచో తం(డి ! - రేచునొదు ॥ (తెరపడును)

3వ రంగం

చౌదరి పొలం

రామన్న వెంకన్న నారుకావిళ్లు చేరవేయుచుందురు.
కూలీలు నాటు వేయుచుందురు
చౌదరయ్య వరిపొలం గనుములపై తిరుగుచుండును.

కూలీలపాట : వరినాటు వరినాటు తుమ్మెదా । మా వరహాలమూట తుమ్మెదా
మావరహాలమూట తుమ్మెదా । లోకాలు లోకాలు తుమ్మెదా
మా కూలీల దయను తుమ్మెదా । మా కూలీల దయను తుమ్మెదా
నాచేసి నాచేసి తుమ్మెదా । మా కోటీశులౌతారు తుమ్మెదా
మాకోటీశులౌతారు తుమ్మెదా । కోం(డకులోకువ తుమ్మెదా
యీకోటి విద్యలు తుమ్మెదా । యీకోటి విద్యలు తుమ్మెదా
యీకోటి విద్యలు తుమ్మెదా । మా కూటికోసమే తుమ్మెదా
మాకూటి కోసమే తుమ్మెదా । వరినాటు వరినాటు తుమ్మెదా

చౌదరి: కొంచెం ఒత్తుగా నాటేయండే !

రామ : ఒత్తుగా వేయండల్లో.

సుబ్బి: ఇంకెంత ఒత్తుగా వేయమన్నారన్నయ్యగారు !

చౌదరి: సరేలే, వెయ్యి వెయ్యి. తుమ్మెదపాట కాక యింకో పాట పాడండే

సుబ్బి: ఆసి, నాజూకు పదాలట పాడండే. అన్నయ్యగా రింటారంట.

లచ్చి: నీవుండావ్ పైన శిఫార్సు సేయడాన్కి.

పాట : కల్పవృక్షంబన్న నన్నూ । బొగ్గులకు నరకితే దోసమౌను

సరస చేరారోయి ॥క॥ ఆకలీమంటన్న లోకులన్ కడకంట
కరుణించుటకు నేను కన్నతల్లైనాను । కల్పవృక్షంబన్ననన్నూ ॥

రామన్న: చౌదరయ్యగారు ! నిగామానడుగునండో ! యముడల్లే పదిమందిని యెంటబెట్టుకొని వత్తుండాడు.

చౌదరి: రానియ్యి. ఏం చేస్తాడో చూద్దాం.

రామన్న: యేం సెయడ మేముందండి. అసలీయన మారావు గడుసుపిండమండి.

లచ్చి: అడుగోనల్లో పెద్ద నిగామాన్‌గోరు వత్తుండారు.

(కూలీలందరు నిలపడి చూతురు)

చౌదరి: మీకెందుకు. మీరంతా నాటెయ్యండే.

లచ్చి: అది కాదండన్నయ్యగోరు. ఈ నిగామాన్‌గోరు మంచాయన కాడండి.

సుబ్బి: ఓసే! నేను సెప్పింది తోసిపారేసి వురికొత్తిరే.

లచ్చి: ఏంటే నీవు సెప్పిందయ్యమ్మా.

సుబ్బి: సొగం ముతా దివాణం నాటుకుపోదామనే.

లచ్చి: నీ యంటి పిరికమ్మల యెంటేసుకుంటే ఒచ్చే తిప్పలే యియ్యి.

సుబ్బి: ఓసే, అమ్మల్లో! ధైర్యంతో మీరు నిలబడరాదంటే.

చౌదరి: మాట్లాడక మీకెందుకు మీరు నాటేస్తుండండే.

లచ్చి: సూడం డన్నయ్యగోరు! దీనిపిరికితనంతో మేము సావాలిసొచ్చిందే.
(కల్పవృక్షంబన్న కీర్తన పాడుచు నాటుచుందురు)

(అంజాయి, బంట్రోతులు లాఠీలతో ప్రవేశం)

అంజా: ఏమిరా! రామాయ్! ఒళ్లు మదించికొట్టుకొంటున్నావటే! కూలి ముతానంతా తిరుగుబాటుచేసి దివాణాన్ని సాధించాలనుకొన్నారా? నిలబడి మిర్రి మిర్రి చూస్తావేమిటి? బయలుదేరవేం ముందు. ఓయ్ కూలీలు! ఒక్కొక్కళ్లవొళ్లు యిరగ పొడవమన్నారా? అవతల దివాణంనాటు వదిలిపెట్టి, మీ సొమ్ము మించుకపోయినట్లు యిక్కడ కొచ్చారా? ఇవాళ్ళ చచ్చారే నా చేతిలో కదలరేం. అరే గోపాల్

వెంకన్న: మీరు కలవోరని మేమిదివరకుదాకా తిట్లు పడ్డట్లు పడం. ఆట్టే మాట్టాడక దూరంగా వుండండి.

అంజా: ఎవడ్రా వాఁడు. మూతిపళ్ల రాలకొట్టు.

(అందఱు కలేబడి వెంకాయిని కొట్టుదురు).

చౌదరి: అంజయ్యా ! ఇటుచూడు.

అంజా: ఏమిటయ్యా ! చూసేది. కాస్త ఆగు. నీ పని చూస్తాం.

చౌదరి: ఏమిటి ? చూసేది చేసేది ?

అంజా: ఆట్టే గీర్వాణంపోక అవతలుండి మాట్లాడు.

చౌదరి: ఇంత ఘోరానికి అవతలుండని వారెవరులే.

అంజా: ఏమిటి సిగ్గులేక మాట్టాడవస్తావ్. ఆ వరసన బోలెడుసొమ్ము ఖర్చై దివాణం పొలం నాటు కాకుండా నిల్చుంచె కూలోళ్లని తిరగదీసుకొని వచ్చావా ? ఇంకా నాటేద్దువుగాన్లే. అసలు నీవెవర్నడిగి చెఱువుతూము తీశావ్. అరే గోపాల్ ! ఈయన కాలువకి నీళ్లు రాకుండా కట్టేసిరా !

గోపా: వచ్చేటప్పుడే కట్టేశాముకదండి.

చౌదరి: కట్టేస్తే కట్టేశారు. మీరు మా పొలంలో కూలీలని కొట్టుకొని పోవటం ధర్మమేనా ?

అంజా: మాకొచ్చే కూలీలని తిరగదియ్యటం ధర్మమేనా ?

చౌదరి: ఎక్కడ కడుపునిండా కూడు దొరుకుతుందో, కాయకష్టం చేసేవాఁడక్కడకు పోతాడు. ఒకఁడు తిరగదీసినంత మాత్రాన వస్తాడా ?

అంజా: చాల్లేవయ్యా మాట్టాడటం. ఈ కూలోళ్లకి నీ మూలంగానే బుద్ధి పాడైపోయింది. (కూలివాళ్లతో) పదరేం మీ మత్స మాపుతా. కూర్చుంటే లెగలేని మీ మొగాలకి మామీద సమ్మెకట్టుకూడానా !

వెంక: (లేచి)యియాల మాపీకెలో మీపీకెలో తెగాల్సిందేగాని మేం రామయ్యా

అంజా: ఒరే మళ్లీ చావుమూడిందే.

వెంక: ఏం సత్తే, ఇట్టా మీసేత సచ్చీసావకుండా పడుండే బదులు ఒకషూటే పీడవదలిపోతాం.

అంజా: ఏం(టా నీ తెగ నీల్గు. గోపాల్ జుట్టుపట్టుకుని లాక్కురా!

(దూకుడుగా గోపాలు వెంకన్నమీదికి పోవును. వెంకన్న గోపాల్ని ఒక్క తోపులో క్రిందికి పడేయును. అంజాయి మిగతావాళ్లు వెంకన్నపైకి పోవుదురు)

లచ్చి: (ఏడ్చుకొంటు) మావంటి కూడు లేనివాళ్లపైకి రాకపోతే ఆ, ఆసాముల మీదికి పోరాదంటయ్యా.

అంజా: ఏమిటే నీయేడ్పు. (కొట్టపోవు. రామన్న వెంకన్న అందఱి పైకి తిరుగపడపోగా చౌదరి వాళ్ళ నాపుచేసి.)

చౌదరి: మ॥ తగునా! నీకిది న్యాయమా? ఘనత యీ-దౌష్ట్యాన పెంపొందునా?
మగవాఁడొక్కఁడు దీనిమెచ్చదగు సౌ - మ్యంబైన శౌర్యంబటే?
నగుబాటైన పరాక్రమక్రమము నీ - నాటన్ జనించెన్ గదా
జగతిన్ దుర్బలులైన కూలిజనులన్ - చంపన్ వృధా సోదరా॥

అంజా: బాగానే చెప్పావులేవయ్యా నీతి.

చౌదరి: ఆ॥వె॥ వసుధ రాగ కోప - పరిభూత చిత్తున
కల్పరాజ్యలక్ష్మి - యంటి దుర్మ
దాంధ తావరించి - యాగ్రహించు విధము
ఏమిలేనివాని - కేలనయ్య॥

మ॥ ఇతఁడో పూటకు లేని కూలి, కనగా - నీ వింక నవ్వాని కం
టె తరాల్ నుండియు కూడుగుడ్డ కరువై - నేఁడీ జమీందారికీ
రితి శ్లాఘింపుచు వారి మెప్పుబడయన్ - రేయింబవ ళ్ళిమ్మెయిన్
మతి హీనుండవుగాఁ దొడంగితివి నీ - మర్యాద నేలంటదే?॥

అంజా: మా కా కీర్తి ప్రతిష్ఠలతో అవసర మేమీలేదు.

చౌదరి: నీ జమీందారి గారికి నీవును యేనాఁటికి అయిష్టుఁడవు కాకుందు వా నీ రెక్కలు బాగుండుదాఁక నీకు తన బొక్కసంలోని భత్యం చెల్లించును.

అంజా: అయితే, ఏమంటావయ్యా!

చౌదరి: నీ జమీందారిగారికి నీ రెక్కల కష్టం యే మాత్రం అనుభవయోగ్యము కానప్పుడు కూడ, ఇప్పటివలెనే, నిన్నాదరించునా? లేక నిరాదరిం

చునా ? ఆ ఫయి నీకిఁక దిక్కెవరు ? ఈ కృతమ్మలా నిరంపళ భూపా లుడా ? లేక నీ చేత యిట్లు తన్నులు తినుచున్న యీ మా వంటి లోకమా ? తెలుసుకొన గల్గితివా ?

అంజా: (వినిపించి వినిపించుకోక) ఏం గోపాలం! నీవింకా యిక్కడే వున్నావా! తీసుకొని వదవేం కూళోళ్ళని. అదిగాదయ్యా చౌదరయ్యా! ఇది మా సేవాధర్మం. మేము మీ దగ్గఱుండినపు, యిట్లాగే నడుచుకోవాలి. లేకుంటే మాకు వేరే పుట్టగతులుండవు మమ్మపోనీయండి. అవతల దొరగారివల్ల మాటవస్తుంది రామాయ్! నీవును వద నుంచున్నావేం.

చౌదరి: రామన్నా! ఏం చేస్తాం. ఇవాళ్టికి పొండి. తర్వాత ఆలోచిస్తా.
(కూలీలు అంజాయి ముత్తా నిష్క్రమింత్రు)

కలిదేవత యెన్నివిధాల తాండవించుచున్నది.

ఉ॥ ఈ నిరుపేద ప్రాణులను - హింసనుబెట్టి సువర్ణ సౌధముల్
వేనకువేలు గట్టి కడు - ప్రీతిగఁ గాపుర మందు సేయు భూ
జానులకున్ బరాక్రమము - ప్రగ్గిదురాగ్రహమున్ దురాశయున్
లోన పెనంగులాడె, బుధ - లోకము మెచ్చునె ? కీర్తివచ్చునే॥

ప్రజలకు ఇంత అన్యాయము చేసెదరని నేననుకోలేదు. పాపం కూలి వాళ్ళ మాటయే సత్యమైనది.

గీ॥ కలిమి పెంపొంద భూపతి - తెలివితేట
లగడు పడకుండ శౌర్యసా - హసములఁ బెం
వేసి, శత్రు సంహారంబుఁ - జేసి ప్రజలఁ
గన్న బిడ్డలభంగి సా - కంగ వలయు ॥

ప్రజలను కన్నకుమారుల మాదిరి చూడని ప్రభుత్వ మెంతకాలము నిల్చును ?

సీ॥ కృతయుగంబుసి నా స్ప - కేసరి రానిచో
కనక కశిపుబాధ - కనులఁ బడదె
త్రేత సీతారాము - లే లేకయున్న రా
వణ రాజ్య మెపుడు సూ - పట్టకున్నె

ద్వాపరంబున పంచ - పాండవుల్ లేనిచో
కురుపతి చెడుగులం - కురము గావె
కలియుగంబున గాంధి - కాంగ్రెస్సు లేనిచో
భువి నిరంకుశుల ప్ర - భుత్వ బలము

గీ॥ దిన దినాభివృద్ధి యగుచు - దిక్కులేని
బక్క రైతుల బలిఁగోరు - రక్కసులకు
జయము గలిగి దేశమును ధ్వం - సమునొనర్చు
చౌరవయే యుండెడిదిగాదె? భరతమాత॥

(కవి ప్రవేశం)

కవి : అయ్యా! చక్కని పద్యము మీ మృదుమధుర నిస్వనమున వింటిని. నా పరిభవాగ్ని చల్లార్చుకొనుటకు ధైర్యముఁదెచ్చుకొంటిని.

ఉ॥ నాసుత నిచ్చి నిన్ను కృతి - నాథుని జేతును రైతురాజ! పే
ర్వాసియు నిల్చు; నక్కతన - వర్ధిలువంశము, పేరులేని రా
కాసులు తత్కృతీశులయి - కాల్పన! కీర్తియునిల్చునా! ధరి
త్రీసుకుమారులేల మన - దేశము పెండిలిశాలయౌనటె?

చౌదరి: మీరుగూడ పరాభవింపబడిరా?

కవి : ఈ జమీందారీ ప్రభుత్వములో నావంటివాఁడు పరిహసింపబడుటకు ఆశ్చర్యమేమున్నది,

సీ॥ బక్కచిక్కియు దిక్కు-మొక్కయి జనులలో
కూలివాఁడే గోడు-గోడుమనియె
జగతికి వెన్నెము-కగ నుండు రైతు సో
దరుఁ డిప్పుడు నడుము-విరిగి పడియె
ప్రకృతికి శోభస్క-రమయిన చదువులు
చదివినవారు పి-చ్చమతులైరి
సర్వమానవ మన-స్సామ్రాజ్యమేలెడి
కవిసార్వభౌములిం-క నెటు పరిభ

గీ॥ వింపఁబడకుండ నుండుఞు ?- పేదజీకము
దశదిశలకుఁ బ్రాకె; జమీను-దార్ల క్రూర
పాలనాతిశయముఁ జేసి-ప్రజలు సుఖము
మఱచి బ్రతుకంగ వెఱచిరి-మహిని నేఁడు ॥

చౌదరి: సత్కవిపుంగవా! అసలీ దేశదారిద్ర్యానికి కారణభూతులీ క్రూర శాసనులైన జమీందారులే తక్క మఱొకరు గారు. వారికి స్వలాభాపేక్ష నానాటికి మిక్కుటమై కష్టజీవులరక్తముఁ బీల్చు జలగలైరి. ఈ జలగల వదలించుటకే మహాత్మునికి కరుణ కలుగకున్నదికదా. అటు చూడండి. నోటి దగ్గఅన్నము పడగొట్టినట్లు, వేస్తూవేస్తూ వున్న నా నాటు నాపించి కూలీలను గొట్టుకొనిపోవుచున్నారు. ఇట్టి ఘోరదారుణ చర్యల నిరసించు సాహసులఁ గనలేదా? భరతమాత.

కవి: కనకపోవటమేమి? మీరింతకుముందు వారినే స్మరించుకొనియుండి రిగా.

సీ॥ ఇడుములఁ బడువేళ-కడుపార కన్న త
ల్లికి పెన్నిధివలె దొ-రుకుతనయుఁడు
కరవులో పిల్లలఁ-గన్నతండ్రికి జీవ
నాధారమైన ద-యాంబురాసి
సైపఁదగని జాని-సత్వపు జాడ్యంబు
సడలింపవచ్చు భి-షగ్వరుండు
శిగఁబట్టి తెగఁగోయు-పగవాఁడు పైనుండ
శత్రుత్వముంపని-శాంతమూర్తి

గీ॥ కదురుపుల్లను ద్రిప్పి య-ఖండవసుమ
తీవలయరాజచయము ని-ద్రింపనట్లు
బెదరగొట్టిన శౌర్య గం-భీరశాలి
సకల సామ్రాజ్యభోగపి శాచములను
గోచిపాతకు బలియిచ్చు-కొనిన ఘనుఁడు
అఖిలభువనైక మోహనుఁ-డయ్యె గాంధి॥

చౌదరి: మన రైతుకోటికి కూలిజన సోదరులకు యీనాఁడువచ్చిన దుర్భర

కష్టము ఆ మహాత్మునికిఁ దెలియఁజేయుటెట్లనో సెలవిమ్మంది ?

కవి : ఆ ఆర్తజనరక్షకుఁడు అవ్యాజ కరుణాకటాక్షము గలవాఁడు. ఆ మహాత్ముని సేవా సంఘములో కూలిజనసోదరులు రైతుజన సహోదరులు యేకీభవించి సభ్యులుగాజేరి, వారి యుపదేశముల శిరసావహించి నడుచుకొన్నచో, ఆ మహాత్ముఁడు ఈ చతుస్సముద్ర పరివేష్టితమైన భూవలయమును మనకు అండగా నిలిపి, [illegible] జమీందారులందఱిని శీఘ్రమే మనకాళ్ల బేరమునకు రప్పించును.

చౌదరి: చిత్తం. అట్లనే ఆ మహాత్ముని సేవా సంఘములో కూలీలను రైతులను సభ్యులుగా జేరిపింతము. ఈ చుట్టుపట్టి నాల్గువూళ్ళ జనానికి రే పొక గొప్ప బహిరంగ సభ యేర్పాటు చేయింతును. మీ ఉపన్యాసకులుగా తప్పక దయచేయవలెను.

కవి : నేను మీరు చెప్పిన పనికి రేపు తెల్లవారు ఝామునే వస్తాను. కష్టులని కలసి ఆ కార్యనిర్వహణకు దిగుదాం.

చౌదరి: మా యిల్లు యెఱుగుదురుగా; వూరి చివర. మీరు తప్పక రేపు రావలెను, శలవ.

కవి : శలవ. (నిష్క్రమింతురు తెరపడు)

2 వ అంకము

1వ రంగం

దివాణము రాత్రి 9 గంటలకు

జమీందారు కుర్చీలో కూర్చుని శిగిరెట్టు కాల్చుకొనుచుండ

(పంతులు ప్రవేశం)

పంతు: ఏమయిందండి కూలీల సంగతి ?

జమిం: రండి ! రాకపోవటమే. వెళ్లింది అంజాయ్. జుట్టుపట్టుకుని తన్ను

పంతు: ఊద్పంతా అయిందన్నమాటే.

జమిం: ఆ. అయిందండి. దాసు! తాంబూలం తీసుకొచ్చావ్ కావేమిరా.

పంతు: చూచారా? ఇక్కణ్ణుంచి వెళ్లినకవి, చౌదరయ్య వేస్తున్న పన్నుగడ. (దాసు తాంబూలమిచ్చును. బుగ్గను పెట్టుకొంటూ).

జమిం: అదేమిటండోయ్! వీళ్లిద్దఱెప్పుడు కలిశారు?

పంతు: అంజాయి కూలీలను కొట్టుకొచ్చిన తర్వాత యింటికి చౌదరయ్య వెళ్లే టప్పుడు దారిలో కవి యెదురై యిక్కడ తనకు జరిగిన పరాభవం చెప్పుకొని, పిమ్మట చౌదరయ్య మొరసు తానుగూడా విని, యిద్దఱూ, మీ మీదకు దండూరా కొచ్చేటందుకు పన్నాగం పన్నుతున్నారటండీ. కూలీలు, రైతు లేకమై మీమీద సమ్మెకట్టేలాగు రే పొక మహాసభ జరుపుతారట. విన్నారా! వీళ్ల కుట్ర.

జమిం: (ఆలోచించి) దాసు దాసు!

దాసు: అయ్యా

జమిం: అంజాయిని వెంటనే పిల్చుకొనిరా? (దాసు నిష్క్రమించు) ఇంకా యేమనుకొన్నారు. భోజనం చేశారా మీరు?

పంతు: ఇంకా లేదండి.

జమిం: మీరీపూట యిక్కడే వుండండి, ఫలహారం తెప్పిస్తా.

పంతు: చిత్తం. ఇక్కడ పని అయిన తర్వాత నే సెలవు పుచ్చుకుంటా.

జమిం: సరే, యింకా.

పంతు: అసలు చౌదరయ్యపని చాలా తెనుగు మీరిందిలెండి. జమీందార్ల రూపు మాపుతానని కంకణం కట్టుకొన్నాట్ట.

జమిం: కవి ఏం కట్టుకొన్నాడు.

పంతు: ఆయ నేం కట్టుకొంటాడు. తిండిలేక పదిరోజులు లంఖణాలు కట్టు కొంటాడు. కాని, ఆయనా గడసు పిండమేనండోయ్.

జమిం: ఏడిశాడు. వాడి గడుసుతనం యెవరి ముందర! మత్స మాపెద్యోనే అదిగాదు. చౌదరి యిట్లా దుర్మార్గుఁడయ్యాడుగాని వాని తండ్రి చాలా మంచివాఁడు. దొరలంటే ఎంత భయభక్తులతో వుండేవాడనుకొన్నారు

పంతు: దొరగారు!

గీ॥ పిన్నవిత్తనంబునుంచి-పెరుగుమర్రి
వృక్షము విశాలశాఖల-వేసి, చల్ల
దనమొసంగి ప్రసిద్ధమయిన-దానికెట్టి
ఫలములు ఫలించు? నిల వాటి-ఫలితమేమి?

అట్లే చౌదరయ్యవంటివారివల్లకూడ. సుపుత్రా కొంపపీకరా.

జమీం: బాగా పోల్చారు.

పంతు: మన పూర్వులేమి చెప్పుచుండేవారండి!

గీ॥ చెట్టు చెడిపోవుకాలాని-కెట్టి కుక్క-
మూతి పిందెలు పుట్టునో! . "ఖ్యాతి తోడ
వచ్చుచున్న వంశానికి - పరమ నీచు
లట్లనే పుట్టెదరు దాని"-అంత్యదశకు॥

జమీం: వీళ్ల భవిష్యత్‌కూడ చెప్పారు. అస లిట్టి రాజద్రోహులకు మడిమాన్యాదు లివ్వబట్టేకదా నారతడపకాస్తా మిన్నాగైనది.

పంతు: అవటం దాని చేటుకేలెండి.

గీ॥ కాంచయేకట్టె నిప్పు ఆ-క యకె వి
నాశకరమౌను, వీరితం-। ముస, తిరుగు
బాటదేనాటికైన క-న్పట్టె ని
విజయులౌదురు మీరు మీ-భుజ బలమున॥

జమీం: బాగా చెప్పారు. యిహ యీ రైతులోకాన్ని కాలిక్రింద అణచిపెట్టనిదే నిద్రపోదునా!

(అంజాయి ప్రవేశం)

జమీం: సీ పీ తక్షణమే మిగతా మన నిగామాన్లను పాలేర్లవెంట పెట్టుకొని యీరాత్రి చౌదరయ్య యిల్లు దోపిడీచేసి, చౌదరయ్యను వాళ్ల పశువులను అయిపులేకుండా చేసిరావాలి. చౌదరి మనపైకి రైతులతో కూలీలతో దండెత్తటానికి సిద్ధమౌతున్నాట్ట. విన్నావా?

అంజా: అయ్యా!

జమీ : ఈ విషయంలో పోలీసువారెవ్వరు జోక్యం చేసుకోకుండ చేస్తా.

అంజా: చిత్తం.

జమీ : ఇందుకే పిలిచింది. ఇందులో అశ్రద్ధ అజాగ్రత్త కనపడరాదు. వెళ్లు.

పంతు : (భయ విస్మయములతో వణకుచు) అయ్యా! నాకూడా సెలవిస్తారా?

జమీ : మీరూ వెళ్ళండి. ఇదిగో! అంజాయ్! నేనీ తెల్లవారుఝాము బండికి పట్నంపోతా. పంతులుగారు నీవు, యెప్పటి కబురు అప్పుడు నాకు తెలియచేస్తుండాలి. పంతులు గారితో సంప్రతించనిదే నీవేది స్వతంత్రించి మట్టుకేమీ చేయవద్దు. వెళ్ళండి.

పంతు: (భయంతో) దొరగారు! నన్ను మాయింటి దాఁకా యెవరినన్నా యిచ్చి పంపండి,

అంజా: మీకప్పుడే భయమేస్తున్నది? పంతులుగారు!

జమి : అంజాయ్! వారిని యింటిదాఁకా పంపించి నీవు వెళ్ళు. పంతులుగారు! ఎప్పటి కబురప్పుడు నా కందజేస్తుండాలి సుమా. వెళ్ళండి.

(జమీందారు నిష్క్రమించు)

పంతు: చిత్తం.

అంజా: రండి! పంతులుగారు!

పంతు: పద. ఎంత గ్రంథానికి దిగవల్సి వచ్చిందోయ్!

అంజా: ఔనుగాసేండి. మిరుమట్టుకు వొంటరిగా తిరగకండి సుమా.

పంతు: అందుకొనే కాదటోయ్! యింటికి పోవటానికి తోడు కావాలసి వచ్చింది. (తెరపడు).

రెండవ దృశ్యం

దారి మధ్య అంజాయ్ ముందు నడుస్తూ వుండును, కూడ పంతులు తన కాలు తాను కొట్టుకొని వులిక్కిపడుచు, దిక్కులు చూచుచు నడుస్తూ వుండును. ఆగస్మాత్తుగ వులిక్కిపడి బిగ్గరగా కేకవేసి ముందున్న అంజాయిని కౌగలించుకొనును.

అంజాయి: (బిగ్గరగా) ఏమిటండీ? అట్టా వులిక్కిపడ్డారు?

పంతు: (వణకుచు) అదేమిటోయ్! వాఁడెవడూ?

అంజా: ఎక్కడండీ? ఎవఁడున్నాడండీ?

పంతు: అయ్యో! అక్కడోయ్? అమ్మో గొడ్డలి విసురుతున్నాడోయ్.

అంజా: ఉండండి. అక్కడేముందో చూచి వస్తా. (పోవును)

పంతు: (అమ్మో అని వెఱ్ఱికేక వేసి వెంటపడును) నేను వస్తా. (కౌగలించుకొనును) (అంజయ్య వులిక్కిపడి క్రిందపడును, పంతులుకూడ పడును)

పంతు: నీకూ భయమేస్తున్నదటోయ్?

అంజా: వుండవయ్యా చాదస్త బావనయ్యా! నన్నూ చంపేశావే. (లేచును)

పంతు: ఇంకా ఎట్లా? వెనకదారి పడదాం పద.

అంజా: బలేవారేనండీ మీరు! ఎటు? ఏ వైపున మీకు కనపడ్డది?

పంత. ఇటు చూడు! ఆ గోడపక్కెవడు? (ఉలిక్కిపడి) అమ్మో అదిగో చెయ్యెత్తుతున్నాడు.

అంజా (చూచి) (నవ్వుచు) ఓ పిరికి బ్రాహ్మడా! చంపేశావుకదయ్యా మన నీడలేనయ్యా అది.

పంతు: ఆ, ఏమిటీ? నిజంగా మన నీడలేనా? ముందు జరుగబోవు తంత్రాంగం మనకే యెదురై మన ప్రతిపక్షులెవరైనా చాటు మాటున దాగి యీ కలహానికి కారణభూతులైనవారి భరతం పట్టగూడదా?

అంజా: సరే, మంచి ధైర్యశాలులేగాని పదండి.

పంతు: అవునోయ్! యిటువంటి సమయాల్లో యెటువంటి ధైర్యశాలినైనా; "అదిరిబెదిరించు నాక యెండుటాకుకూడ. నేనింట్లో పడేదాక వెళ్లక.

(తెరపడును)

2వ అంకము

రెండవ రంగము

చౌదరి గృహము.

చౌదరి ఒక మంచముపై, హైమ వేరొక మంచముపై కుమారరావు మఱివొక మంచముపై పరుండి యుందురు.

అంజాయి గోపాలు కొందరితో ప్రవేశం

(రంగం, దొడ్డి)

అంజా: అరే! గోపాల్! కొంతమందిని వెంటబెట్టుకొని బయట సిద్ధంగా వుండు. వీళ్లు వొళ్లు తెలియని నిద్రలో వున్నారు. యింట్లో సామానంతా నేను బైటికి చేర్పిస్తా. యింట్లో వున్న చౌదరయ్యను మేము హజామత్ చేస్తాం. కొంతమందేమో దొడ్లోవున్న గొడ్లను హజామత్ చేయండి. ఇదిగో మన దొరగారికి సంతోషం కలిగించాలి. ఆ పైన పైన మనపంట పండాలి. జాగ్రత్త సుమా! కష్టం వేయటమైందేమో.

గోపా: అయిందట మీ కోసం యెదురు చూస్తున్నారు.

అంజా: సరే, నీవు బయట భద్రంగా వుండు. మీరు గొడ్లదగ్గరకు పోండ్రా. లోపలికి నేను వెళ్తున్నా. (అందఱు నిష్క్రమింతురు తెరపడును.)

తరువాతి దృశ్యం

హైమ, కుమారరావు

చౌదరి: (మేల్కొని) (చప్పుడు విని) అరే! రాముడూ! దొడ్లో యేమిటో చప్పుడవుతున్నది చూడ్రా. గొడ్దేమన్నా విప్పుకొన్నవా? లేచావా? రాముడూ? రాముడు ఇవాళ్ల రాలేదు కాబోలు. చప్పుడు బాగా అవుతున్నదేమిటి? (లేచి) ఎవరు? (చూచి) దొంగలు దొంగలు (అని కేకలువేసి కర్రకై చూచుకొనపోగా, దొంగలు దీప మార్పి చౌదరయ్య పైబడి కొట్టుచుందురు. ఆ కల్లోలము విని హైమ లేచి రాగా ఆమెను గూడ కొట్టి పారిపోదురు.

(చౌదరి, హైమ పడివుందురు. విషాదగీతములతో వాద్యములు మ్రోగవలెను).

హైమ: లేచి చేతులు వత్తుకొనుచు గద్గద నిస్వనమున) ఎంత ఘోరకలి తాండవించుచున్నది. ఈ అర్ధరాత్రివేళ ప్రళయకింకరుల నాయింటిపైకి దండెత్తించితివా ? తండ్రీ ! అష్టైశ్వర్యంబులు కలిగి పేరు ప్రతిష్ఠల తోడ నున్న నా యింటిని ఈ రాత్రి అకస్మాత్తుగ దిక్కులేని కొంప చేసితివా ? దైవమా ! ఈ సంక్షోభము గావించిపోయినవారు దొంగలు కారు. వీరు కేవలము మా వంటివారిపై పగబట్టి సాధింపదలచుకొన్న జమీందారులేగాని మఱొకరు కారు. ఈ జమీందారులు నానాటికి ఎటువంటి దుండగాలచే దోపిళ్లు దోపించి పాలించగదగిరి. ఈ జమీందారులిక దొంగతనములు చేసిగాని జీవించలేని రోజులు వచ్చిన వనుటకు యీనాటి దృశ్యమే ప్రబలసాక్ష్యము. నిశాచరులన్నను రాక్షసులన్నను వీరలే మఱెవ్వరు కారు. స్త్రీలపైకి కడు పౌరుషముగా వచ్చినవాడు మగవాడు కాడు. వాడొక తెగవాడు. ఓ భూదేవీ ! ఈ మనుజ హంతకులైన జమీందార్లను మోసినదానవు నీకిక దయారస మెక్కడిది ? కనుకనే మిన్నకుంటివి. ఓ జగద్రక్షకా ! సర్వాంతర్యామివై యీ [illegible] న జమీందార్లను రక్షించుచుంటివా ? నీ కీ మహా త్తరమైన ఓరుపు లభించినది ? కావుననే నీవుకూడ కఠిన పాషాణ హృదయుడవైతివి. యిక మా వంటివారిపైన మా వంటివారికే పనికరము [illegible] గను ! ఓ కాలచక్రమా ! నిన్నొక్కదాని నమ్ముకొన్న యీ, నీ, [illegible] గాపాడవా ?

సీ॥ అపార కరుణా కటాక్షము గల నీ దయ
నుగ్రహమునకు మాన్యులము గామ ?
అనుపమ దివ్య ప్రేమాంజలిగల నీ ప్ర
సన్నలక్ష్మికిల లక్ష్యమున లేమ ?
అవిరళ భోగభాగ్య ప్రదమైన నీ
వ్రతము నోచిన వధూవరుల గామ ?
అద్భుతంబైన బ్రహ్మాండ హర్మ్యమున నీ
వలన బెంపబడు బిడ్డలముగామ ?

గీ॥ నట్టనడిరాత్రి మాయిల్లు నట్టనడి స
ముద్రమున ద్రోసి మా ఘోష - ఘనభోంత

రాళముల ముట్టకుండ పెన్-జాలిబండ
నెత్తిపైఁబడవైచిన - ట్లిత్తఱి నిఁక
కటిక చీకటి నుంతువా? - కన్న తండ్రి!

నాథా! అయ్యో! నా కిఁక దిక్కెవరు? సకల చరాచర కోటికి ప్రాణభిక్ష పెట్టుచున్న ఓ పంచభూతములార! సమస్త ధరాచక్ర పరివేష్టితమైన ఓ చతుస్సముద్రములార! లోకసంరక్షణార్థమై యుగయుగాంతరముల నుంచి ప్రచండమైన తపస్సమాధిలోనున్న ఋషిపుంగవులకు తావలములైన ఓ కాంతారములార! కులనీతి మర్యాదల సుస్థిర స్వభావమున గాపాడుకొనుచున్న ఓ కులపర్వతములార! ఆకాశాంతముల కెగబ్రాకుచున్న [illegible] సద్యశోలతలను నవరత్న హారములుగా ధరించుచున్న ఓ ఉర్వ్యాలకులార! జగద్బాంధవునకు కర్మసాక్షికి ప్రభాతసేవ కిలకిలారావముతో సేయబోవు ఓ శకుంతములార! నా ప్రాణధనమును నా ప్రాణప్రియుని గాపాడుడు.

సీ॥ చివురు రెమ్మలరెంటి-జీలఁదీయుచు వాటి
యునుకు పోసుకొను టా-యుష్షయంబె
కెలకులనుండు నా-గిజిగాండ్ర గూడును
పడఁగొట్టె నెంచ తి-ప్పలకుఁ జనుచె
ఆనందలక్ష్మి వి-హరణంబు నొనరించు
నింటి పందిరిఁ గూల్చు-చేష్ట కొఱకె
అనవరత సుఖ రా-మనిధిగఁ దనరించు
లలితాంగి స్నేహవ-ల్లరిని ద్రెంపఁ

గీ॥ జూచుట విలయకాలపు-చొరవె గాని
నిఖిల భువనైక మోహనా! - నీరజాక్ష!
కనికరములేద? నీకు మా-కాపురంబు
భారమా? లేక మముఁగన్న-వాఁడగావ॥

ప్రేమయుఁడవు, ప్రేమలతా డోలికపైఁ దూగులాడు వరహేల తండ్రివే! ప్రేమలేనిదే; నిఖిల భువనరచనా దక్షుఁడవైన నీవుగూడ తల్లడిల్లిపోదువే. నా ప్రియుని

చరణసేవారక్తురాలనుగానా ? (పతిపాదములు కనుల కద్దుకొనును.)

చౌదరి: (మెల్లగాలేచి కూర్చుని) నిన్ను ఈ హంతకులేమి చేయలేదుగదా.

హైమ: నన్నునూ, కొట్టిరి.

చౌదరి: మ॥ అకటా ! తావకదృష్టిలోఁగనగన్యా-యాన్యాయమున్గాంచు బు
ద్ధి కళాకౌశలమేది ? యీ యెదను నం-దీభూతమైయుండెనా ?
యిక, యీ క్రూర జమీనుదార్లవశమై-యేవంకఁ బోకుండెనా ?
సుకుమారత్వముచే నిరాదరణగా-శోభిల్లెనా ? రక్షకా !

(కుమారరావు ప్రవేశం)

కుమార: (కనులు నలుపుకొనుచు) అమ్మా ! ఏమిటే?

హైమ: నాయనా! భయపడక.

కుమార: భయమేమిటే ?

హైమ: నా తండ్రీ ! మన యింట్లో దొంగలుపడి నన్నూ, మీ నాన్ననూ కొట్టి పారిపోయినారు.

చౌదరి: కుమారా ! మీ అమ్మ దగ్గరుండు. గొడ్లు కూడా ఆగమైనవేమో చూచి వస్తా.

కుమార: నాన్నా ! మన వూళ్లో దొరగారుండగానే దొంగలు వచ్చారా !

చౌదరి: మన వూరికి దొరగారు కూడానా ? పిచ్చి నాయనా ! ఆయన వల్లనే ఇంత పని జరిగింది.

కుమార: ఔను. నిజంగా మన యింటికి రావడానికి యింకోడికి గుండె లున్నయ్ ?

చౌదరి: గొడ్లను చూచి వస్తా. అమ్మ దగ్గిఱ కూర్చో. (నిష్క్రమించు)

కుమార: అమ్మా ! నీవు కంట తడిబెట్టకే, ఆ దేవుడికి నాయందు దయ వుండబట్టియే నా తలిదండ్రులైన మిమ్ము గాపాడినాడు. సొమ్ములు పోయిన మరల సంపాదించుకోవచ్చు. మిమ్ముల మట్టుకు మళ్లీ సంపాదించుకోవట మెవ్వరికిని తరము కాదు. రానురాను ఈ జమీందార్లకు బల

సన్నగిల్లి, తుదకు కడుపాకలికి ఆగలేక, యింకొక టేమిగాను చేతగాక;

గీ॥ క్రమముగాఁ జూడ తమతమ-కాష్టసేతు
లఁ దినుటకు నెంచు చెడుగులై-తుదకు వారి
బ్రతుకు తెరువుల కాధార-పరులగు రయి
తులను జంపి తినుట కిట్లు-గడగిరమ్మ ॥-,

హైమ. నా వరహాల తండ్రీ! చూడగా చూడగా వీళ్ల దురాగతా లా తీరుగనే
పరి [illegible]

(చౌదరి ప్రవేశం)

కుమార: నాన్నా! గొడ్లు పదిలముగా వున్నవా?

చౌదరి: మన కింకెక్కడ గొడ్లురా! నా తండ్రీ! అన్ని చచ్చి పడి వున్నవి.

(చౌదరి పడిపోవును)

హైమ: (ఏడ్చుచు) ఓసరక్షకా! గడ్డి మేసి పాడిపంటల నిచ్చు ఆ నోరులేని
పశువులను వాళ్ల కడుపున బెట్టితివా తండ్రీ!

(పడిపోవును)

కుమార: ఓటిమేత కయిన-ర్వెత్తు నప్పుడు లేఁగ
లరవులన్ విని వచ్చు-ఆవులార!
నా రైతు తండ్రికా-ధారమేమెయని మో
రెత్తి అంకెలవేయు-నెద్దులార!
రైతు సంసారమే-ప్రీతిఁ బుట్టించఁ మి
క్కిలి పొడి నిడు పాడి-గేదెలార!
కుర్రల ష్మతిఁ దెల్పు-కొని, వారి నోదార్ప
వచ్చెడి నాదు తు-వ్వాయిలార!

గీ॥ మీరలన్నను నేఁడీ జ-మీనుదార్ల
కసహాసము వుట్టైనా? అక్క - టక్కటామ!
హాపరాధ మిద్దియె; యెంత-పావ కార్య
మునకు నొడిగట్టుకొనిరి దు-ర్జనులు నేఁడు ॥-

సీ॥ తెల్లవారకముందు-తల్లికై యంబా య
నెడు లేఁగలకు దిక్కు-నేఁడు గలదే?
ప్రొద్దుపొడిచిన నా-ముద్దులన్నియుఁ దీర్చు
కోడె దూడల చావు-చూడగలనె?
ఇరుగు పొరుగువారి-బరువు మోయఁగల మా
యింటి నేఁడెవరు భ-రింపఁగలరు?
ఒక్కమాటుగ నేఁడు-దిక్కుమాలిన కొంప
యై, యెన్ని పశువులు-నడలి చచ్చి

గీ॥ పోయె(రా)దేవుఁ డెక్కడ చచ్చె-రా? యిఁక నవ
నిపయి దేవుఁడే లేడు యుం-డిన ఖలు లిట
నోరులేని పశువులను-ఘోరముగ వ
ధించునపుడు దుష్టుల నడ్డ-గించదేమి? ॥-
చేనుమేసెడి కంచె యెందుకు? పిడుగుల గుప్పించు
మేఘుఁడెందుకు? బిడ్డల చంపుకొని తిను తండ్రెందుకు ?

ఉ॥ ధారుణిపైన యిట్టి బహు-దారుణకృత్యములెన్నియో కులా
చారముగా నొనర్చుచును-జాలియు గిలియు లేక యీ జమీం
దారులు మెల్గరే; తుదకు-తండ్రిని పిల్లలు ధిక్కరించు న
ట్లారయ వీరి పద్ధతికి-సందఱు కట్టవె కిట్టరే జనుల్ ॥

గీ॥ ఈ యమాయకజీవుల-నేడిపించి
చంపిన జమీనుదార్లతో-నైత మీపు
కులుకుచీ బావురని యేక్చు-కొంపలోన
కాపురంబుండుమా! మముఁగన్న తండ్రి ॥- (పడిపోవు)

(ఆ బీభత్స నిశీథి గృహమును అప్పుడు చూచువారి కెంత భయ విభ్రాంతితో గూడిన దుఃఖము వచ్చునో ఆ విషాద గీతా నినాదములతో వాద్యములు మ్రోగవలెను.)

(కవి ప్రవేశం)

కవి: (బాటరీ లైటు వేసి) ఏమి ? ఈ భయానక దృశ్యము. కుమారునితో సహితము ఈ రైతు దంపతు లిట్టీల స్పృహ తప్పి పడియుండిరి? చౌదరిగారు! చౌదరిగారు! పలుకకుండిరే! తలుపులన్నియు తెరచి

యున్నవేమి ? అక్కడ, ఆ కుక్కల గడబిడ యేమి ? (బాటరీ వేసి దొడ్డి గుమ్మము దగ్గరకు పోయి చూచి వచ్చి) రామ రామ ! పశువు లన్నియు తుండె తుండెములుగా చేయబడినవేమి? ఏమి ఈ ఘోరము. అయ్యయ్యో ! నా దేశ రక్షకుడైన చౌదరి కుటుంబమును ఎప్పుడు నీ పొట్ట బెట్టుకొంటివి ? పాపిష్టి దైవమా ! నిరపరాధులపైనయా నీ కసి తీర్చుకొనుట ? ఈ పసి కూనను గొంతు పిసిగించి యెక్కడ మురిసి మురిసిపడుచుంటివయ్యా ! జాలి లేదా ? ఎంతటి దుర్భర శోకాగ్ని జ్వాలంచే యీ దేశమాత కడుపు కాల్చుచుంటివయ్యా ! దీనరక్షకా ! కాదు కాదు నీవు దీనభక్షకుఁడవు. కాదేని నీ రక్షకత్వము వలన సార్ధకత్వమేది ?

ఉ॥ అకటకటా ! సహోదర ! మహావిపదాంబుధినుంచి యెవ్వఁడొ
డ్డుకుఁ గడతేర్పఁజూడఁగలఁడో, యతఁడే నిజమౌ సఖుండు; దా
నికిఁ గొఱమాలి నట్టి చెలినెత్తికిఁ గొర్విగనుండు, దీనికే
సికఁ దగియుంటినిన్ గద, మహీస్థలి, నిన్దురవస్థ పెట్టగన్ ॥-
పాపిక ద్రవ్యమే ప్రళయరూపముఁ దాల్చెనా ? అంతియె.
కాలకూటము పుట్టిన మీదటేగదా, అమృతము
ప్రభవించినది. కాని ప్రస్తుతము ఈ భయంకర బడ
బా[illegible] బయటపడు పెట్లు ?

ఒమార: (మేల్కొని లేచి) ఎవఁడవురా ? చాటుమాటున నక్కుచుంటివి ?

గీ॥ అన్నిటికి సిద్ధమైయుంటినసువులవయి
లేశమైనను నాకింక నాశలేదు
కడకు నీచేత నేనైన నాపయుఁదాక
కదలనిత్తునా ! [illegible] పోత ॥-(మీదికి పోవు)

[illegible]: (ఆశ్చర్యముగా చూచి) నేను దొంగను కాదు నాయనా ! భయపడక.

హైమ: (అదిరిపడి లేచి) ఏమది ? నాయనా ! ఎవరురా ! (దుఃఖమున) అమ్మా ! ఈ పసికాయను కూడా బ్రతుకనియ్యరా ? (కడకేగి కాళ్లపైఁబడును)

[illegible]: చిరసుమంగలీభవ, అమ్మా ! లెమ్ము, ఎంత కష్ట సముద్రమున బడి

యుంటిరి ! (కుమారరావు నివ్వెరపడి చూచుచుండు)

హైమ. గీ॥ దిక్కులేని వారలమైతి-మక్కటా ! ని
జముగ మేమెవరికిని ద్రో-హముసు జేసి
యెఱుఁగమయ్య ! నేఁ డా పర-మేశ్వరునకు
నిట్టివారిపై నిర్దయ-పుట్టనేల ? ॥-

చౌదరి: (మేల్కొని కోపముతో) ఛీ. దుర్మదాందురార ! ఇంకను మీ కసి తీర
కనా ? కనులు చల్లార్చకనా ? తిరిగి వచ్చితిరి ?

చ॥ అయినది యెట్టులో తుదకు-నయ్యెను నింకను నాదు బొందిలో
భయము నయంబులేదు, మిము-వాకిలి దాటగ నీయనిష్ఠ, ని
శ్చయముగ మీ ప్రచండబల-సాహసముల్ కరగించి భూమిపై
రయితు సహోదరాళికి స్వ-రాజ్యముఁ దెత్తును గాంచు డిత్తఱిన్
(దూకుడుగా పైకిపోయి) (హైమ, కుమారరావు నివ్వెరపడి చూచు
చుందురు) మహాత్మా ! (కాళ్లపై బడుసు)

కవి: లెమ్ము, సోదరా !

ఉ॥ న్యాయముఁ గాంచగల్గు పర-మాత్ముని దృష్టియు మారిపోయె, న
న్యాయము సేయుచున్న నర-నాథుల బుద్ధులు సుద్దులాయె, నేఁ
డీ యవనీ లలామ భరి-యింపఁగలేని మహాపరాధ మి
ట్లాయెగ; రైతు సోదరుఁడు-హాయిగ లేనిచొ లోకమారదే ॥-

మ॥ తొడిమల్ "పూడిన"గాని పాపఫలముల్-దుర్బుద్ధులన్‌రాలి యీ
పుడమిన్ బ్రద్దల గావనెప్పుడును రే-పోమాపొ యావైఖరుల్
పొడగట్టంగ సమీపమయ్యె నిఁక వా-పోవన్ వివేకంబె ! యీ
కడగండ్లన్ని సహించియుండుట వృథా-గాఁబోదు నా సోదరా ॥-

చౌదరి: ఆపద్బాంధవా ! సత్కవిపుంగవా !

సీ॥ ప్రాణకంటకులైన-రాజాధములనెల్ల
బ్రతికింపుచున్నదీ-రైతుగాదె ?
దేశనాశకుఁడైన-కోశాధిపతి నెల్ల
రక్షింపుచున్నదీ-రైతుగాదె ?

ధరణి విశ్వాసఘా-తకుల నింతకు గంజి
త్రావింపుచున్నదీ-రైతుగాదె?
భూమికి బరువైన-శ్రీమంతులన్ సయి
రణ మోయుచున్నవీ-రైతుగాదె?

గీ॥ పాములకు పాలువోసిగా-రాముజేసి
వాటిచేత కాటును దిన్న-వాఁడు రైతు
గాదె? అద్దాని సాదృశ్య-మీ దినమున
గుర్తుగాఁ గాంచ వచ్చె ము-మ్మూర్తులకును ॥

గీ॥ ఈ జమీందార్లచేత నే-నింత పరిభ
వింపఁబడి నేఁటికిట్లు జీ-వించుకంటె
చచ్చి శల్యంబులకుఁ బ్రాణ-మిచ్చి; వాటి
బలిమిఁ బగఁ దీర్చుకొనుట ఖా-వ్యమగు నాకు ॥

హైమ: గీ॥ ఈ జమీందార్లవలన నే-నింక వండు
వంటి కాపురంబిమ్మెయి-వల్లకాడు
చేసికొనియుంటకంటె; పే-ర్వాసిలోడ
భర్తతోఁబాటు సనుట యే-భావ్యమగును ॥

కుమార: గీ॥ ఈ జమీందార్ల వల్లనే-నిట్లు దిక్కు
లేనివాఁడనై యుండు స-ద్దానికంటె
ఈ జమీందార్లకింకెక్క-డేమి దిక్కు
మొక్కు లేకుండఁజేయుటే-చక్కని పని ॥

కవి: నాయనా! నీవు చెప్పినదియే మిగుల ప్రశంసనీయముగా నున్నది.

ఉ॥ వంటపలంతియైన మన-భారతమాతయె పూర్వమందు నీ
వంటి కుమార రత్నముల-వాసిగ కన్నదియైన నేఁడు ఈ
కంటకలుద్ధతిన్ కడుపు-కాలిన దాటకు హేతువుండునే?
దంటవు నీవు నిన్గనిన-తల్లియుఁదండ్రియు ధన్యు లర్భకా ॥

ఇఁక జరుగఁబోవు నాటక కథా విధానానికి జాగు చేసినచో ఆలస్య మమృతం విష మౌను. ఇక్కడ ముఖ్యబుకరణాము లెవ్వరు మన చార్జీ సాక్షులు సాహసించి నిజము చెప్పలేరు.

ఇంటికి తాళము వేసి శీఘ్రమే నా వెంట పై గ్రామమునకు రండి. అక్కడ తగిన సన్నాహముతో కలిసి రంగానికి దిగుదము.

చౌదరి: చిత్తం.

(తెరపడు)

3వ రంగం

దివాణం

పంతులు కుర్చీలో కూర్చుని యుండును.

అంజయ్య తివాసీపై కూర్చుని యుండును.

పం॥ జరిగిన మట్టుకు విశేషాలేవో దొరగార్కి తెలియజేయాలిగా ?

అంజ: తెలియజేయాలి. (ఆలోచించు)

పంతు. ఏమిటి ? ఆలోచిస్తావ్.

అంజ: చౌదరి. . కుటుంబముతో సహితంగా ఎక్కడికో లేచిపోయినాడట.

పంతు: లేచిపోయినారా ? ఎందులోన్నా పడి చచ్చిపోయినారా ?

అంజ: ఇప్పుడేది జరిగినా గొప్ప చిక్కే.

పంతు: ఇది ఆలోచించవలసిన విషయమే. అయితే; దొరగారెప్పుడు వచ్చేది తెలుసునా ?

అంజ: ఏమిటండీ ! మీకూడా మతేమన్నా పోయిందా ? గ్రామంలో పుట్టిన యీ పండు మాననిదే యెట్లా వస్తారు ?

పంతు: అయితే, ఇది మాని మచ్చ పడేదెప్పటికో. మచ్చపడినా గుర్తు గుర్తుగానే వుండేట్టుందే.

అంజ: దానికేమిటి ఆలోచించలేక చస్తున్నా. చౌదరి యెక్కడికి పోకుండా వుండినట్లైతే, యీ లొంద ఉండేదికాదు.

పంతు: వీళ్ల దెబ్బతియ్య. చచ్చికూడ సాధించాలనుకొన్నారేమొ. అది సరే గాని: మన దొరగారుకూడ అకస్మాత్తుగ పట్నం పారిపోవటం (నోటి

మీద చేయిపెట్టుకొని) కాదుకాదు, పట్నానికి ప్రయాణంకావటం లోకానికి అనుమానంగా వుంటుందేమో.

ఆంజ: దానికెట్లాగో అట్లాగు సమర్ధించవచ్చులెండి. అకస్మాత్తుగ జనానావారికి ప్రాణంమీదికి రావటంవల్ల వెళ్లారని చెప్పుకోవచ్చు. డాక్టర్ల సర్టిఫికెట్స్ కూడ తెప్పించి చూపుతాము.

పంతు: ఇది బాగానే వుంది. అయితే చౌదరిపాలెం నాటుకాకపోవటం, పశుపులన్నీ యింటివద్ద చంపబడియుండటం, పైగా కుటుంబంతో సహితం అతడు వూళ్లో లేకపోవటం, ఇదంతా చూచన్నా దివాణం మీద అనుమానం పడదు ?

ఆంజ: కనుకనే, ఇప్పుడు మనబోటివాళ్లు దొరగారి ప్రాణాలు కాపాడాలి.

పంతు· సరీ, మనందఱి సంగతిచూస్తే, ఏమి చేయటానికి తోచకుండ ముందుకుపోతే గొయ్యి వెనుక్కుపోతే నుయ్యిలా వుంది. కాని, నాకొక వుపాయం తోస్తున్నదోయ్.

ఆంజ: చెప్పండి. వెంటనే చేద్దాం.

పంతు: చెప్తా. ఇప్పుడు బుర్ర పనిచేయాలి. దానికి;

ఆంజ: ఏం కావాలి ?

పంతు: భృంగామలక తైలమన్నా చందనాది తైలమన్నా వుందీ ?

ఆంజ: లేకేమండి. ఇప్పుడు మీకేం కావలసినా వుంది.

పంతు: సరే, రెండు తెప్పించు. ఇదిగో ! అదెక్కడ తయారుచేసినవి.

ఆంజ: అవి దేశంలోకల్లా ప్రఖ్యాతిగాంచిన చింతలూరి వేంకటేశ్వర-ఆయుర్వేద నిలయంవారివి.

పంతు: ఇంకేం అవి వున్నవికదా. తెప్పించు. ఇదిగో చెమన్లో ఏమన్నా కూరలుగాని ఫలాలుగాని వున్నాయ్ ?

ఆంజ: ఆగండి. మీక్కావలసినన్ని కూరలు ఫలాలు తెప్పిస్తా(నిష్క్రమించును)

పంతు: నా కుడి కన్నదురుతున్నది. అది నా భావికర్తవ్యమునకు శుభసూచకముగానే వున్నది. ఇప్పుడు నా అభినవ చాణక్యుని చాకచక్యము చూపాలి. చౌదరయ్య మచ్చ మాపెయ్యాలి. (ఆలోచించును)

గీ॥ చెట్టునకు విర్విగాఁగాపు-పట్టినపుడె
కొమ్మలెల్ల వంగును! సర్లె-కుటిల జీ
వులకు దుర్బుద్ధులెన్నియో-పుట్టిగాని
లొంగరు జగతిలో ప్రభు-లోకమునకు॥

(అంజాయి ప్రవేశము)

పండ్లుకూడా తెప్పిస్తున్నావా ? ●

అంజ: అన్నీ తెప్పిస్తున్నానండి.

పంతు: సరే కూర్చో. వాకిట్లో ఎవరినన్నా వుంచివచ్చావా ?

అంజ: ఆ.

పంతు: నేను చెప్పేది బహుజాగ్రత్తగా విను. ఇప్పటికి జరిగిన వృత్తాంతం దొరగారికి నేఁడే తెలియజేశా. ఇఁక ముందు జరుగవలసినదేమంటె కూలివాళ్లని మాలమాదిగ గూడాలని వశపరచుకోవాలి. దానికి వుపాయం ఒకటే. ఈ పదిరోజులు వాళ్లకి కావలసినంత కల్లు సిల్లి పోయిస్తుండు. మనిషికి రోజుకి నాల్గుసానికల వొడ్లు పారపోయించు. చౌదరయ్య పాలేర్లను కూడా యెట్లాగైనా స్వాధీనం చేసికోవాలి. యిఁక రైతాంగాన్ని దగ్గఱకు చేరదీయాలి. అదెట్లాగంటే. వాళ్లు బోలెడు సిస్తు బకాయిపడ్డారు. వాళ్ల బకాయీలను యిప్పుడక్కర్లేదని దొర గారిచేత వుత్తరవు తెప్పించి యిప్పించు బకాయీ లేనివారికి నజరానా లేకుండ కొన్ని బంజరుభూము లిప్పించు.

అంజ: ఇదంతా జరగటానికి అవకాశ మేదండి.

పంతు: అవకాశమా ? చెపుతా. రైతులను కూలిజనాన్ని పిలిపించు. వాళ్ల నెట్లాగైనా బుట్టలో వేస్తా.

అంజ: అందరూ దారికివస్తారు కాని, ఆ కూలి వెంకాయి రాడు. వాఁడు మాలావు పొగడుమోతు. పైగా మిగతావాళ్లనికూడా చెరుపుతాడు.

పంతు: మఱచిపోయినా. వాఁడి కొంపొక్కటి యిక్కణ్ణుంచి లేవగొట్టాలి. చేతైతే వాణ్ణికూడా అయిపులేకుండ చేస్తేనే బాగుంటుంది.

అంజ: నేనుకూడా అనుకొన్నది అంతేలెండి. అసలు సంగతి చెప్పరు.

పంతు: వెంటనే యిప్పుడు 10 మందిచేత, చౌదరయ్య యింటివద్ద చంపబడిన పశువుల నన్నిటిని అయిపు లేకుండా చేయించు తరువాత మన పశువులను నాల్గింటిని చంపించు.

అంజ: మన పశువులనే.

పంతు: వెళ్లిపోతావేమిటి. ఆ పని తప్పకుండా జరపాలి. తరువాత మనగడ్డి వామికూడ వొకటి తగలపెట్టించు రైతులలో గట్టి వాళ్లని నల్గురిని సాక్ష్యానికి సిద్ధపరచు.

అంజ: అది మంచిపథకా అయిన వుపాయమేనండి.

పంతు: ఇంకా విను మరి. తరువాత మేజిస్ట్రేటునకు చార్జీయిస్తా.

అంజ: ఏమని!

పంతు: ఫలానా చౌదరయ్య తన జమీందారు తనకు కూలీలను రానియ్యక పోవటంచేతనున్నూ తన వ్యవసాయానికి చెరువులో నీళ్లియ్యక పోవటం చేతనున్నూ, అడవిలోకి పశువులను పోనియ్యక పోవటం చేతనున్నూ విపరీతమైన కక్షగలవాడయి, జమీందారుగా ఊళ్లో లేనప్పుడు చూచి, సదరు వారి పశువులను చంపించి, గడ్డివామిని తగులపెట్టించి, తా నకస్మాత్తుగ అర్ధరాత్రివేళ పెళ్లాంబిడ్డలతో సహితం యెక్కడికో పరారైనాడు గనుక యేలినవారు సదరు ఆ ముద్దాయిని యెక్కడున్నను వెతికించి, అరెస్టు వారెంటు మీద పట్టుకొని సదరు ముద్దాయిని సదరు పితూరీదారులమైన మమ్మలను విచారించి నిజము గ్రహించి, సదరు ముద్దాయి అయిన చౌదరయ్యకు తగిన శిక్ష విధింపకోరుతాము. అని.

అంజ: చార్జీ ఫారం వెంటనే వ్రాయండి. దాఖలు చేద్దాం.

పంతు: వ్రాద్దాం. ఇదిగో ఈ పదిరోజులు నావెంట మట్టుకు గట్టి వస్తాదులంటి వాళ్ల నిద్దరిని వుంచు. ఇదిమట్టుకు అన్నింటికంటె ముఖ్యము సుమా.

అంజ: (నవ్వుచు) సరేలెండి. అంత భయం మీ కెందుకండి.

పంతు: బాగా చెప్పావు. భయముండటం ఎన్నింటికి తోడుపడుతుందో నీకు తెలుసునా? అసలు ప్రాణం కాపాడేదే అది. భయములేనివాడు బ్రతుకలేడు. ఆ వచ్చేదెవరు ఫకాలేవి? కూరలేవి?

అంజ: వస్తున్నయ్యవిగో. బాపిరెడ్డి యింకెవ్వరో యిద్దరు వస్తున్నారు.

పంతు: ఈ బాపిరెడ్డికి చౌదరయ్యకు మాటామాట వచ్చి స్నేహం చెడిందటే.

అంజ: అవునండోయ్ !

పంతు: అన్నీ అనుకూలంగానే వున్నాయ్. (బాపిరెడ్డి, గొల్లలు ప్రవేశం)
దండాలు పంతులుగారు ! (దాసు పండ్లబుట్ట తెచ్చిపెట్టును)

పంతు: ఏం బాపిరెడ్డీ ! కూర్చో. ఓయ్ గొల్లబోయలు మీరుకూడా అక్కడ
కూర్చోండ్రా. (బాపిరెడ్డి, గొల్లలు కూర్చుందురు)

పంతు: (బుట్టలో పండ్లు వారికి పంచిపెట్టుచూ) మీరు వచ్చినపని ఏమిటో
మాట్లాడదురుగాని, నాతో మా యింటికిరండి కాస్త యీ బుట్ట పట్టుకొని
రండిరా మీరు ! (అందఱు నిష్క్రమింతురు) తెరపడు.

3వ అంకం

4వ రంగం. వీధి-వాలంటీయర్లు-రైతులు-కూలీలు-పాటపాడుచూ
జైలుకొట్టుకొంటూ వెంట నడుచుచుండగా, చౌదరి, కవిసార్వభౌముఁడు,
హైమ, కుమారరావు ముందు నడుచుచుందురు.

పాట

కూలిలందఱు యేకమౌతే సాటికేమి తరుగురా
కూలివాండ్లలోనె బలమీ కాలమందున నుండెరా
కూలివాండ్లమైన మనకు కులములెందుకు తెలుపరా
కూలివాండ్లమైన మనము కలసియుందము సోదరా
అన్నా కూలీ లేకము కావలెరా॥ అన్నా కర్షక లేకము కావలెరా॥

కష్టపడి యీ మేడలన్నీ కట్టినది మనమేకదా
క పడి యీ ఫ్యాక్టరీలు కట్టి వారల కిస్తిమి
క జీవులమైన మనకు గుడిసెలే గతి యాయెరా
క పడి పనిచేయుచున్నను కడుపు నిండుట లేదురా
అన్నా కూలీ లేకము కావలెరా ! అన్నా కర్షక లేకము కావలెరా॥

ఎండవానల కోర్చి మనము కండలను కరిగించియు
దండిగా రకరకములైన ధాన్యముల పండిస్తిమి
పండినా పంటంత సోమరిపోతులకు తెచ్చిస్తిమి
తిండిలేకను చెట్టుగుట్టల తిరుగుచూ మన ముండిమి
అన్నా కూలీ లేకము కావలెరా : అన్నా కర్షక లేకము కావలెరా॥

మనము మనుజులమన్న సంగతి మఱచి పోయిరి వారలు
మనము చేసిన కష్టమంతా మంటలో కలిపేసిరి
మనము మూడులమంచు పైగా మాటలెన్నో పల్కిరి
కనికరము సుంతైన లేకా కఠినముగ బాధించిరి
అన్నా కూలీ లేకము కావలెరా : అన్నా కర్షక లేకము కావలెరా॥

తరువాతి దృశ్యం

మేజాబల్ల కుర్చీలు వేయబడి వుండును.

సభికులందఱు జయజయధ్వానములతో కూర్చుందురు.

చౌదరి, కవిసార్వభౌముఁడు, హైమ, కుమారరావు కుర్చీలలో కూర్చుందురు.

సభికుడు : అయ్యా : సోదరులార : నేఁడీ మహాసభకు, అఖిల భారత రైతు లోకానికి తలకట్టుగా నున్నటువంటి చౌదరయ్యగారిని అధ్యక్షులుగా సభికుల యావన్మంది తరపున కోరుచున్నాను (కూర్చొనుసు)

ఇంకొక సభికుడు : అయ్యా నేను బలపఱుచుచున్నాను. (కూర్చొనును)

చౌదరి: (లేవగా కరతాళ ధ్వనులు) సోదర సోదరీ మణులార : ఈ మహా సభకు అపూర్వమైన మేధా సంపన్నులను అఖండ దేశోపాసకులను, అనంత సత్యశోధనులను అధ్యక్షులుగా నియమించటానికి బదులు మన సోదరుల ఈ నిరక్షరకుక్షిని, ములుకాల కర్రపట్టుకొని నాగలి నడుపుకొనెడి యీ మోటువానిని, అధ్యక్షులుగా కోరటమనేది ప్రతాపరుద్రుని నవరత్నఖచితమైన సువర్ణ సింహాసనముమీద చాకలి పేరిగాణ్ణి నిలపెట్టినట్లున్నది. (సభలో నవ్వు) సదస్యుల యానతి భగవానుని యాజ్ఞవంటిదికాన, దానిని శిరసావహింపవలసివచ్చినది.

మీకు చిరపరిచితులగు కవిసింహ కిశోరులైన కవిసార్వభౌములవారిని వుపన్యసింపవలసినదని ప్రార్థించుచున్నాను.

కవి : (లేవగా కరతాళధ్వనులు)

సీ॥ అక్షయంబుగ నీ ని-రక్షరకుక్షి వ
లననేగదా భూత-లంబు నిలిచె
దక్షులందఱు నీ ని-రక్షర కుక్షిపైఁ
గద జీవితంబును-గడుపుకొనిరి
అధికారులిఁక నీ నిర-క్షరకుక్షిఁ బె
గల్చికదా బ్రతు-కంగబడిరి
ఐశ్వర్యములు నీ ని-రక్షరకుక్షిలో
నుంచికదా ప్రభ-వించుచుండె

గీ॥ రైళ్ల మోటార్ల సైకిళ్ల-కీళ్లలన్ని
నీ నిరక్షరకుక్షిలో-నిమిడి యుండె
ప్రజలు కోరు నీ అధ్యక్ష-పదవికూడ
నీ నిరక్షరకుక్షిలో-గానిపించె

రాజు నీకన్న నెవ్వరురా-రైతురాజ॥

అధ్యక్షా! సభికులార! ప్రస్తుత కాలంలో ధనవంతులు ధనహీనుల్ని, బలవంతులు బలహీనుల్ని, తెలివిగలవారు తెలివి తక్కువవాళ్ని కొట్టి తినటమే మర్యాద. అది చేతగానివాఁడు ఈ యుగంలో బ్రతుకలేడు. బ్రతికినను శుష్కదండుగే. ధనవంతులకు మదాంధత, బలవంతులకు క్రూరత్వము తెలివిగల వారికి దుర్గర్వము సహజ కవచాలైనాయి. ధనవంతుల మాటకు అడ్డు చెప్పగూడదు. బలవంతుల ధాటికి యెదురు పోగూడదు. తెలివిగలవారి తెలివితేటలకు గేలి చేయకూడదు. ఒకవేళ యెవఁడైన యీ త్రిమూర్తులకు వ్యతిరేకముగా నిలబడి ధిక్కరించినట్లైతే వాఁడు దుంపనాశనము కావలసినదే. స్వర్గమర్త్య పాతాళలోక పాలకులయిన బ్రహ్మవిష్ణుమహేశ్వరాదులను తిరస్కరించి బ్రతుకవచ్చుగాని పై చెప్పబడిన ఆ బ్రహ్మరాక్షసాధములైన ముగ్గురను తూలనాడి బ్రతుకలేరు. ఈ యుగం మొన్నటిదాఁకా వారి యేలుఁబడి

లోనే వుండి నానా ధ్వంసమై యున్నది. లోకకంటకులైన యీ మూర్తి త్రయంవారు ఈ జమీందారులకు దాసులు. అటువంటి అప్రతిహత ప్రజ్ఞాధురీణులైనవారిపై ప్రభుత్వ పీఠ మధిష్ఠించిన యీ జమీందారులు, పైవారికంటె యెన్నిరెట్లు దారుణ ఘోరకార్యఘటనా పటిష్ఠులో వూహించుకొనుడు. పూర్వము హిరణ్యకశిపునకు రావణాసురునకు పంచభూతములతో సహితం బ్రహ్మాండమంతయు వశమయ్యెను. హరి హర బ్రహ్మాదులు పాద సేవకులుగాను, వాయుదేవుణ్ణి పొచివూడ్చి పంకా లాగేవానిగాను, వరుణదేవుణ్ణి నీళ్ల బ్రాహ్మడుగాను, అగ్నిదేవుణ్ణి వంట బ్రాహ్మడుగాను యింటిదగ్గఱ నియమించుకొని సమస్త భువనాల్ని గడగడలాడించారు. ఆ మాదిరిగానే, నేఁడీ జమీందారులు శాసనసభ లను గవర్నరులను జిల్లా బోర్డులను కలెక్టరులను పోలీసు యినస్పెక్ట రులను పోష్టు మాష్టర్లను వున్న షావుకార్లను చేతిలో పెట్టుకొని యెష్టేటు రైతులను కూలీలను స్కూలు మాష్టర్లను గడగడలాడించుచున్నారు. ధిక్కరించిన వారిని అయిపులేకుండ చేయుచున్నారు. తగదన్నవారిని తన్ని పంపిస్తున్నారు. ఈ బల మెక్కడిది? ఈ సాహసమెక్కడిది? ఈ భోగలాల సత్వ మెక్కడిది? ఈ వరసన తన్నులు తింటు, వస్తులు పడుకొంటు రాత్రింబవళ్లు కాయకష్టం చేయుచున్న కూలివాని చెమటబొట్టు నుంచియే కదా ఆస్తిధర్మం ధారాగతం చేస్తున్న కోరులేని బక్క రైతు నుంచియే కదా వారికి దక్కినది. మునపటి రాక్షసులకు బ్రహ్మాస్త్రము మొదలుగా గల ఆయుధములున్నాయి. ఈ నాఁటివారికి అరణ్యములే ఆయుధములైనవి. తమ ప్రాణం మీదికి వచ్చినప్పుడుగాని మునపటి రాక్షసులు బ్రహ్మాస్త్రము ప్రయోగించేవారుకారు. ఈనాఁటివారు తమ్మెది రించిన వారిపై నెల్లతప అరణ్యాస్త్రము ప్రయోగించుచున్నారు. ఈ అర ణ్యాస్త్రము ప్రయోగించే దెట్లో చెప్తా వినండి. ఎదిరించినవారి పశువులను అరణ్యంలోనికి పోనివ్వరు. అడవిలోకి కట్టెపుల్లలకు వెళ్లనివ్వరు. ఇంటి కప్పుకు తాటాకులు దొడ్లలో వున్నవే కోసుకోనియ్యరు. విస్తరా కులకు చెట్లాకులను ముట్టుకోనివ్వరు. ఆఖరికి పూచికపుల్ల వంకసూడా చూడనివ్వరు. తెల్లవారితే ఈ యెష్టేట్లలో వున్న ప్రజలకు బ్రతుకు తెరువంతా అడవిలోనిదే. అట్టి జీవనోపాధియైన అడవిని అరికట్టి ఈ

చెప్పుక్రింద

త్రొక్కి వుంచారు. ఈ నిరంకుశ జమీందార్ల దుండగాలు దురాగ్రహాలు దుర్మార్గాలు దురాశా భూయిష్ఠమైన ఘోరాలు నానాటికి విపరీతమై దుష్టచతుష్టయానికి తీసిపోక అసూయ అహంకారములే చక్షురింద్రియములు గలవారలై అనివార్యమైన స్వార్థపరత్వముచే జీవితాన్ని గడుపుకొనుచున్నారు. కూలివానికి వంటినిండా గుడ్డలేదు. కడుపునిండా గంజిలేదు. నిల్వటానికి నీడలేదు. పైగా సంఘంలో సమాన గౌరవంకూడ లేకపోయింది. ఆ కూలివాఁడు పడుచున్న కష్టం యేనాఁడైనా అనుభవించినట్లైతే అనుభవించిన వారిచ్చట వుండినట్లైతే వారికి తెలుస్తుంది. గంభీరోపన్యాసాదులు విన్నమాత్రాన అంతగా తెలియదు. నా మనస్ఫూర్తిగా నా కిష్టదైవమూ కూలివాఁడే. ఆ కూలివాఁడే జగదాధారుఁడు. ఆ కూలివాఁడు లేనిదే తెల్లవారదు. ఆ కూలివాని కష్టమే నే నెల్లప్పుడు విశ్వసిస్తూ వుంటాను.

గీ॥ కూలివాని కష్టము పడ-లేడుగాని
కూలివాని కష్టములోని-కూలిమట్టు
కు, బిగబెట్టుకొని మిగుల్చు-కొని జమీను
దాడుఁడై యుండఁగఁ దలంచు-ధాతకూడ ॥

ఇఁక అధికారులు తామొక గంటలో అనాయాసంగా వందలు కొద్ది యొడినింపుకొనుచు, తమ దగ్గఱ ప్రొద్దుగూకులు కూలిపని చేసినవారికి పావలా దబ్బులిచ్చుటకు గ్రుడ్లెఱ్ఱ చేయుచున్నారు. పైగా వాఁడుచేసిన సేవలో లేనిపోనివంకలు నోటికొకరెంపున చాలాచూపి, ఆ కష్టజీవికి రావలసిన పావలాలోగూడ విఱిగ గోయుచున్నారు. కూలివాడు పుల్లాకు వలే యిక కొట్టుకొని పోవలసినదే. ఉన్నతోద్యోగస్థులు తమ దగ్గఱ సేవకుల గో డేమైనా ఆలకించుచున్నారా? లేదు.

గీ॥ వేల జీతములోనున్న-పెద్దలింక
వారలిర్వురేయైన న-వ్వాఁడికెల్ల
వేలుచాలవు; గాని కు-చేలు సంత
తిగల సేవకు కాపుర-స్థితికి నైదు
రూకలే చాలునట; యేమి-రూల్సులయ్య!

ఇన్తోకు కాపరానికి జీతభత్యాలు జాస్తిగా ముట్టాలట. ఇన్తోకు పెళ్ల కాపరాలు కొద్ది జీతంతోనే, సంతృప్తి చెందాలట. ఈనాఁటి న్యాయ మిట్లా వుంది. సేవకావృత్తికి పాల్పఁడితే కడుపునిండా కూడులేదు. కూలివానిని జాలితలిచేవాఁడు లేడు. ఇఁక అస్తిధర్మం ధారాగతం చేస్తున్న రైతుకేమి మిగలటంలేదు. మిగిలేవి అప్పులు. జమీందార్ల చేతిలో తిప్పలు. అఖరికి చేతికి చిప్పలు. అసలు దేశానికి రైతు పెట్టని కోట రాజ్యానికి వరహాలమూట. సకల సౌఖ్యాలకు, పుష్పఫలభరిత శోభాయమానమైన చక్కనితోట. నిఖిల సంస్థలకు రాజబాట. విజయ ధ్వజములపై తేఆరిల్లెడి బావుట. జగత్తుకు ప్రాణప్రదమైన లక్ష్మీదేవికి కన్నతండ్రి.

మ॥ శ్రమకెంతో చెమటోడ్చి మ్రొక్కు-బడుల-శ్రాంతంబునీదేర్చితాఁ
కమలా తన్విని గన్నతండ్రియయి, త్యా-గస్వామియై రత్న గ
ర్భ మహైశ్వర్యముగాంచు బిడ్డలకు గా-రాబంపు పెద్దన్నయై
ప్రమదంబిచ్చు కృషీవలుం డిపుడు ని-ర్భాగ్యుండుగా నుండెనే॥

పూర్వము బలిచక్రవర్తి చాలా దానధర్మాలు చేశాడుగాని విపరీతమైన దురాశా పీడితుఁడై దేవేంద్రపదవికూడ అపహరింపవలెనని దుర్బుద్ధి పుట్టి కట్టకడకు అథఃపతన మయ్యాఁడు. అట్లాగే. ఈ జమీందారులెన్ని దానధర్మములుచేసినా, యెన్ని తతవలున్నతోద్యోగస్థులకు విందులు చేసి బహుమానములు సమర్పించినా ఎంతమంది కవులచేత కొనియాడ బడి కృతిపతులైనను, కాకులను గొట్టి గద్దలకు వేసినట్లుగా కూలి వానిని యేడిపించుచూ, రైతును చంపుకొని తినుచు, యెన్ని ధర్మకార్య ములు చేసినా ప్రయోజన మేమున్నది? నా సోదరులారా! ఈ మహా సభకు అధ్యక్షపీఠ మధిష్ఠించిన యీరైతు తన జమీందారికి కల్ప వృక్షము వంటివాఁడు. ఇట్టి రైతుపై పగబట్టి అర్ధరాత్రివేళ యింట్లో జొరబడి యీ చౌదరయ్యను స్మృతితప్పెడిదాకా బాది, వీరి సాధ్వీమ తల్లియైన యీమెను కొట్టి పరిభవించి పశువులను వధించి యిల్లుదోచి పైబట్టలతో గ్రామంలోనుంచి వెళ్లగొట్టిన యిటువంటి పాపిష్టి జమీందా రునిక్రూరచర్యల ఖండించెడివార లీ సభలో గలరా? (సభలో గలమని కేకలు) అయ్యా! గడబిడ చేయకండి. ఇంకా రెండుమూడు మాటలతో

ముగిస్తా. కృతయుగమందు దేశము కామదేనువుపంటిది. దానిని తన నిర్వహణలో వుంచుకొనుటకు వాడిగల గొడ్డలివంటి గంభీర వాక్ప్రౌఢిచే తన్నెదిరించి ప్రతిభాషలాడిన ధీరోదాత్తుల ప్రతికూల వాక్యములనెల్ల ఖండించి బ్రాహ్మణుడై నీ పరశురాముడు మొదట ప్రభువయ్యెను. త్రేతాయుగంలో, ధర్మపత్ని వంటి దేశమును కాపాడుటకు నోటి బోకరింపులు పనికిరాక భుజ బాహుబలపరాక్రమమున, కోదండపాణియై శ్రీ రామచంద్రుడు ప్రభువయ్యెను. ద్వాపర యుగములో కుటుంబ కలహమువంటి దేశమును స్వాధీనము చేసికొనుటకు కేవలం బలపరాక్రమము లుపకరింపకపోవటముజేసి వైశ్యునివలె ఎప్పటికప్పుడు యుక్తులు పన్నగల మాయలమారివాడైన కృష్ణుడు ప్రభువయ్యెను. ఇక ఈ కలియుగములో దరిద్రదేవత పట్టి పీడింపబడుచున్న దేశమును సంరక్షించుటకు, పై బ్రాహ్మణ ధర్మము పనికిరాదు. బలపరాక్రమములతో గూడుకొన్న క్షాత్రధర్మము లుపకరింపవు. యుక్తి కుయుక్తులపై సంచరించు వైశ్యధర్మము యే మాత్రము ఉపయోగింపబడదు. యెన్ని యిక్కట్లు సంభవించినను స్వధర్మము మట్టుకు మానుకొనని, కూలివాడు, బక్క రైతు దేశదారిద్ర్యాన్ని తీర్చి పరిపాలించుటకు ప్రభువరేణ్యులు. వారలే ప్రభువులు కావలెను. సకల సామ్రాజ్య సింహాసనము ఆ కూలి ఈ బక్క రైతు అధిష్ఠించిననాడే దేశము సుభిక్షముగా వుండగలదు. నిరుద్యోగ సమస్య నివారణ కాగలదు. సమస్తవిద్యలు రాణింపగలవు. అప్పుడీ నిరంకుశ జమీందార్లప్రభుత్వ మడుగంటగలదు. కనుక ఓ కూలి జనసోదరులార ! మీ అందఱి హృదయములు నిష్కల్మషములు అతి నిర్మలములు. మీ చెవినిబడ్డ సత్యవాక్యము బీరుపోదు. మీ హృదయమునకు తట్టిన హితోపదేశములు నీరసింపవు మీరు మీ స్థిర సంకల్ప బలమున తక్షణమే గాంధీ మహాత్ములవారి మురళీగానమువంటి వుపదేశ వాక్యముల శిరసావహించి ఆ మహాత్ముని సేవా సంఘములో సభ్యులుగా చేరి వుత్తరక్షణమున వారి యాజ్ఞకై నిరీక్షింపుచు నడుములు కట్టి సిద్ధముగా వుండుడు. కూలిజనులారా ! రైతుజనులారా, యువజనులారా ! మీ మహత్యాగముననే భరతమాత దాస్యవిముక్తురాలు

కాగలదు. మీ మీ జీవిత ధర్మముగూర్చి చెప్పుటకు నా కనుభవము తక్కువ. ఇప్పటికే కాలాతీతమైనది (కూర్చొను. కరతాళధ్వనులు)

(అధ్యక్షుని యుపన్యాసము.) (కరతాళధ్వనులు)

సోదర సోదరీమణులార : అమృతపు గుటకలువేసిన తర్వాత కొబ్బరి ముక్కలు రుచికరముగా నుండనట్లు, కవిసార్వభౌములవారి అనర్గళ మైన వాక్సుధారస పిపాసకులైన మీకు నా వంటివాని మాటలు రుచింపవు. కాని, అమృతతుల్యమైన భోజనానంతరము వగరుగా నుండు కలికపోకచెక్కలుగూడ నములుట ఆచారము కలదు. గనుక ఈ మోటవాని నుడులనుగూడా వినుబాధ్యత తమపై గలదు మన్నిం పుడు. పుష్పములలోని మకరందము శ్రమపడి యొకచోట కూర్చుచున్న తేనెటీగలను గొట్టి కోతిమూకలు బ్రతుకుచున్నవి. అహర్నిశము విసు గన్నమాట నెఱుఁగక ప్రాకులాడి నూకగింజలను ప్రోగుచేసుకొనుచున్న చీమలకడ త్రాచుపాములు బ్రతుకుచున్నవి. అట్లే విశ్వములోనున్న కష్టజీవుల కాయకష్టమువలన భాగ్యవంతులు జమీందార్లు బ్రతుకు చున్నారు. తేనెటీగలన్నీ యేకమై కోతిని దరిఁజేరనీయకుండినచో, చీమలన్నీ యేకీభవించి పాముల మెసలనీయకుండినచో, కోతులగతి పాములగతి యెట్లుండెడిదోగాని, అట్లా జరుగకపోఁబట్టియే పైవాటి ఆట సాగుచున్నది. (సభలో చప్పట్లు) అసలు మొదట జమీందార్లందఱు మనవంటివారలే. మనదేశము పరరాజుల వశమైనప్పుడు వారికి 18 లక్షల చదరపుమైళ్లగల విశాలభారత వర్షమునుండి సిస్తులు వసూలు కావటము దుర్ఘటమై యీ దేశములో తాము నలువైపుల నుంచి కొంతమందిని తాబేదార్లగా పిలిపించుకొని, ఒక్కొక్కరికి కొన్ని గ్రామముల వప్పజెప్పి, ఆ గ్రామములపై సిస్తు వసూలుచేసి, రెండు వంతులు తమకు పంపుకొను నట్లున్నూ మిగతా ఒకవంతు, వసూలు చేసిన యీ తాబేదార్లు మిగుల్చుకొనేటట్లున్నూ ఖరారునామా వ్రాసి యిచ్చిరి. 3 వేల రూపాయలు వసూలయినచోట నుంచి 2 వేల రూపా యలు పై వారికి ఈ తాబేదార్లు పంపుచు మిగతా వెయ్యి రూపాయలు

కష్టపడి తామార్జించిన సొత్తుగా మిగుల్చుకొనుచున్నారు. అయితే యీ తాబేదార్లయిన వారికి 3 వేల రూపాయల సిస్తు వసూలు కావటమెట్లు? వారికి ప్రజలపైన కొంత అధికారముండినగాని వసూలుగాదు. ఆ అధికారము ఈ తాబేదార్లు పై పరరాజులకడ సంపాదించి, అడవులు పోరంబోకులు శ్మశానాలు స్వాధీనం చేసుకొన్నారు. అప్పటినుంచి ఈ తాబేదార్లు జమీందారులై ఎకర మొకటింటికి 2 రూపాయలున్న సిస్తు తమ యిచ్చవచ్చినట్లు 10, 12 రూపాయలుచేసి, నిరంకుశముగా అమాయకులైన ప్రజల దగ్గఱనుంచి గుంజుచున్నారు. ఇదెట్లా సాగుచున్నదంటే? దొంగ, జేబులు కత్తిరించుచున్నప్పుడు, అరవకుండ నోటిదగ్గఱ తుపాకీబారు పెట్టువాడుండబట్టియే సాగుచున్నది. మొదట చెప్పిన ప్రకారం, ఎ॥కి 2 రూపాయలలో నుంచి రెండు వంతులు పై ప్రభుత్వమువారికి పేషుకష్షులుగా చెల్లించుచున్నారు. తాము నిరంకుశముగాపెంచిన అదనపు పన్ను మిగుల్చుకొనుచున్నారు. అదీగాక 1 ఎకరము భూమిని 2 ఎకరములుగా తమ సర్వేయర్లచేత కొలిపించి, అమాయకపు రైతుల నీ విధముగా తమ తాతగారి భూమిలోనుంచి ఎక్కువభూమి దయాధర్మంగా నిచ్చామని సంతృప్తిపఱచి, రెట్టింపు సిస్తు యీ మాదిరిగా నోరులేని బిక్కరైతుల దగ్గఱ సూకలాగుచున్నారు. అందుచేత మొదటి తాబేదార్లుగా నున్న ఏడు లక్షలరాబడి గల జమీందారులైనారు. ఇక రాత్రింబవళ్లు గొడ్డుపిల్లలతో శ్రమపడి చెమటోడ్చుచున్న బిక్కరైతుకు, మిగిలేవి బొమికలు. ఈ విధముగా జమీందారులొక చెంపన, రైతు రక్తము పీల్చి మాంసము తిని బొమికల ప్రోగుగా చేసిపెట్టుచుంటే, మఱియొక చెంపన యెస్టేట్ల ఉద్యోగస్తులు మొదలైనవారు, ఆ, బొమికల ప్రోగుగానున్న రైతు బొమికలు పగలగొట్టి పొడిపొడి చేయుచున్నారు. అఖరికి రైతు ఈ నిరంకుశ భోగపిశాచములైన వారికి బలియై మసియై పోవుచున్నాడన్నమాట. నానాటికి ఈ జమీందారులు అధికారబలము వృద్ధిచేసుకొని వారి యెస్టేట్ల రాబడి పెంచుకొనుటకు, వారి నిరంకుశ పన్నులు చెలాయింప చేసుకొనుటకు, ఈనాడు శాసనసభలు, జిల్లా బోర్డులు వెలపెట్టుకొంటకు, అపద మొక్కులు మొక్కుచు సువర్ణ సౌధములనుండి

దిగి, జీర్ణపర్ణకుటీరముల కడకు దిక్కులేనివారివలే వోట్ల ముష్టికి వచ్చుచున్నారు.

సీ॥ కంసుండు తిరిగి భూ-ఖండంబునన్ పిల్ల
పాపలపై కృపా-పరుఁడునైన
రావణుండు పరభా-ర్యల జోలికెన్నండు
రాసని ష్టాంపు పై-వ్రాసియిడిన
కురుపతి పాండుకొ-మరులు నా సోదరు
లనుచు ప్రతిన జాటి-నను ధరిత్రి
ఈ జమీందారులు-పూజనీయులయి, రై
తులను గనిన కుమా-రులవలెఁగని

గీ॥ పెట్టుకొందు మెుండొకంటఁ-బ్రేమతోడ
నని, గభీరప్రతిజ్ఞ తెం-పున వదలిన
మీరు ! పైన మూవురను న-మ్మినను నమ్మ
వచ్చుఁగాని, యీ కడసారి-వారినెపుడు
నమ్మి వోట్లిచ్చి సింహాస-నముఁగుదిర్చి
పట్టభద్రుల గావింప-పాడి యగునె ? (కరతాళధ్వనులు)

బొందిలో ప్రాణాలు లేచిపోయినా, చివరకు ఆ శవముకూడా జమీందార్లను నమ్మరాదు. అడవి కర్రపోయి గొడ్డలిలో దూరి అడవికే చేటు తెచ్చినట్లుగా, మనవాళ్ల కొందఱు ఈ నిరంకుశ జమీందార్ల మచ్చుమాయలకు లోబడి వాళ్లలో దూరినందున మన కూలిజనలోకానికి రైతు జనలోకానికి యీ పడరాని తిప్పలు వచ్చినై.

(ఇనస్పెక్టరు, పోలీసులు ప్రవేశం. సభికులు లేతురు)

కవి: మీకు వచ్చిన భయం మతేమి లేదు కూర్చోండి.

సభికులు: (గల్లంతు చేతురు)

ఇనస్పె: చౌదరయ్యా ! ఇఁక నీ వుపన్యాసం కట్టిపెట్టు.

కవి: కట్టిపెట్టడానికి వచ్చిపడ్డ వుపద్రవమేమి ?

ఇనస్పె: నీతో చెప్పలేదు. నీవు మాట్లాడక.

చౌదరి: వారు మాట్లాడరుగాని సంగతేమిటి అసలు ?

ఇనస్పె: సంగతా ! చేసేవి తప్పుడు పనులు. కూసేవి గొప్పగొప్ప కూతలు. గడ్డి వామిని తగలబెట్టి పశువులను చంపి పారిపోయి యిక్కడ లెక్చెర్ల కొడుతున్నావా ? (వారెంటు యిచ్చి) ఓయ్ ! నూటయాభై నాల్గు ! బేడీలు వేయండి త్వరగా.

(పోలీసులిద్దరు చౌదరికి బేడీలు వేతురు)

(సభికులు చెల్లాచెదరి పోతుందురు. హైమ కన్నీరు కార్చుచుండును. కవి కుమారరావును దగ్గరకు తీసుకొనును).

చౌదరి: గీ॥ నిరపరాధులఁబట్టి దం-డించుమనుచు
చండ శాసనుఁడైన దే-వుండు పనుప
క్షమగలట్టి భూదేవి సై-చంగలేని
పట్టినిందను నా తలఁ-గట్టనేల ?

ఉ॥ పూటకు గంజిలేక దిన-ముల్ యుగముల్ కొనప్రాణితోడ వే
చోటనునైన దా గడపు-చున్ సిరులిచ్చెడి కష్టజీవికిన్
పాటుకుఁదగ్గ యన్నమిల-న్యాయముగా లభియింప నీ జగ
న్నాటకమందు నీకుఁ బ్రతి-నన్ బలియౌదు స్వదేశమాతరో ॥

పోలీసులు: పదవయ్యా ! (హైమ కుమారరావు కవి దీనకళతో చూచుచుండ, చౌదరి వారిని చూచుచు పోవును).

ఇనస్పెక్టర్: తర్వాత చూచుకొందురు గాన్లే పదపద.
(చౌదరి పోలీసులు ఇనస్పెక్టరు నిష్క్రమింతురు)

సభికులందఱు-చౌదరిభార్య హైమ చుట్టు చేరుదురు. హైమ కన్నీరు కార్చుచుండు. కుమారరావు తల్లి దగ్గఱకు చేరుకొనును, కవి, ఆశ్చర్యముతో నిప్పులు గ్రక్కునట్లు చూచుచుండు. అంత భరతమాత ప్రవేశం.

(భరతమాత ప్రవేశించుచు)

సీ॥ నాకు జన్మించిన-నవరత్న ఖనులార !
మీ కళాకాంతు లే-మీదపోయె ?

నా కడుపునబుట్టు-ఓకుల గిరులార !
మీ దృఢత్వంబదే-మీదకరిగె ?
నాళోన పొంగు గం-గాభవానీ ! చక్క
నైన నీ చల్లని-యలలవేవి ?
నాయందు పొడమిన-ఓ యందమైన వ
నములార ! మీదు ఘ-నఋషి పుంగ

గీ॥ వులెచట మఱుఁగుపడిరి ? యేఁ-దౌలుత మిమ్ముఁ
గనిరి దెందుకో తెలియక-కనిన బిడ్డ
ల నిట హింసించుచుండు క-ఠిన హృదయుల
గారవింపుచు నుంటిరా ? మీరుకూడ ?
ప్రళయ మిఁకరాదె ! నా కంటి-తడిని తుడువ॥

నన్నుగన్నతల్లీ ! ఏ పాపమెఱుఁగని మీపైన నేఁ డీ విపత్పర్వతము విరిగిపడినందులకు నా కడుపు తరుగుకొని పోవుచున్నది. అనుపమ దివ్య ధిషణాగుణ సంపన్నులైన మీరు ధర్మదేవతకు ప్రియతములు. దుష్టుల పాపఫలము పండిగాని తొడిమ వూడదు. అందాక వేచియుండ వలెను. ఓ కుమారా ! నా దాస్యవిముక్తి నీ తండ్రి బంధవిముక్తి నీ వంటి కుమారరత్నముల త్యాగముచేత కాని నీవు దీర్ఘాయుష్మంతుఁ డవై శ్రీమంతుఁడవు గమ్ము ఓ కవిసార్వభౌమ ! నీ అనర్గళ వాగ్ఝరీ ప్రవాహ మాహాత్మ్యమున, నీ వంటి ధీరోదాత్తులు జన్మించి నా కడుపు శోకమును దీర్చునట్లు యత్నింపుము తల్లీ ! హైమ ! చింతిల్లకుము. నీ నాధుఁడు త్వరలోనే వచ్చును.

వి: మ॥ నగరే లోకులు ? నీ కుమారకుల దీ-నత్వంబు నీక్షించి, ము
జ్జగముల్ పండినపాడిపంటలకు నీ-సాటెవ్వరున్ నిల్వ తే
రుగ: యింకేమిటికమ్మ ! బిడ్డలను మొ-ఱ్ఱో యంచు నేడ్పింప? వై
రి గజేంద్రంబులఁజీల్చు సింహముల ధా-త్రిన్ గన్న మా తల్లిరో॥

రతమాత: తొందఱపడక నాయనా ! చౌదరి వచ్చుదాఁక నీ పీమెను తల్లిగా గాపాడుచుండుము. ఈ కుమారరత్నమును నీ తమ్మునిగా చూచు కొనుచుండుము, వీరిని మీ యింటికి తీసుకొనిపొమ్ము.

కవి, హైమ, కుమార ; (భరతమాత కాళ్లపై పడుదురు దీవించి భరతమాత అదృశ్యమగును.)

కవి: నా తల్లీ ! నా చెలికాండ్రైన చౌదరిని యింటికి తిన్నగా చేర్చుకున్నచో, ఈ సూర్యచంద్రాదులను వెలుగనిత్తునా ! ఈ భూదేవిని యిమ్మెయి నుండనిత్తునా అతండు మీకడకు కుశలముగా వచ్చు పర్యంతము పంచ భూతంబుల వూపిరి సలువనియ్యను. నను గన్న తల్లీ ! నా చిఱుత తమ్ముడా నా వెంట రండి.

(నిష్క్రమింతురు)

జనులు: రామరామ ఎంత అన్యాయం జరిగిందిరా !
సత్యహరిశ్చంద్రునికి వచ్చిన పరీక్షరా ! యిది.

(బ్రాంరయ్యశెట్టి ప్రవేశం)

బ్రాం: (కళ్లపై చెయ్యి పెట్టుకొని) ఓరే సుబ్బారావ్ ! కొట్టిడ్చి ఏడ సచ్చావురా ! నీకేం పోయేకాలం వచ్చిందిరా ఎవరాడ ? రామన్నలా వుండే. మావోడు అగపడ్డాడా రామన్న ! రామన్నకాడల్లే వుండే. యీడి మీటింగు పాడుగాను. యీడి కెందుకొచ్చిందిరా మాయదారి చావు. యీణ్ణి కొట్టుకాడ సావరా అంటే, యిస్లవాకిస్ల ఒదిలేసి దేశమ్మ కాకులైన సన్నోసోళ్ల మెంట వడ్డాడేం. అడుగోవాండే ! ఒరే సుబ్బా రావ్ ! యింటికి చావు. యెదవ చచ్చినోడ.

దారేపోయేవాడు: ఏమిటయ్యా ! అట్టా తిట్టి గొంతుచించుకొంటావ్.

బ్రాం: నిన్నేమన్నానయ్యా ! ఇదన్నింటికంటే బాగావుండే. పో. పో.

దారేపోయేవాడు: నిన్నూ నిన్నూ అని నీచంగా మాట్టాడతావేం జాగ్రత్త.

బ్రాం: ఓయ్ బాగా వుండే, అదికాదు మిమ్మే మన్నానంది నేను ? మావోడు యెవరో సరాజ్యం మీటింగులు పెట్టి సచ్చారని కొట్టిడ్చి వుండకొస్తే, పిల్చుకొంటున్నా.

దారేపోయేవాడు: నీవు చావు. మీటింగులు పెట్టినవాళ్లని చావమంటావేం ? మర్యాదగా మాట్లాడు (పోవును).

బొ౹ర: ఏంటిది. యివరీతం. యీన్నెవడేమన్నాడు. ఏం మర్యాదగా మాట్లా డకపోతే. కొట్టమనుచూస్తా. తమాసా. కొట్టొచ్చేట్టే, డబాయిస్తు న్నాడే. కొట్టినట్టైతే తెలిసేది. (పండ్లు కొరుకుచు) ఓరే సుబ్బారావ్ యేడ సచ్చావురా చచ్చినోడ.

(బొ౹రయ్యశెట్టి భార్యా ౹ప్రవేశం)

వెంక: ఎందుకూ అట్టా తిట్టుకొంటారు. అబ్బాయ్ యేడి ?

బొ౹ర: అబ్బాయ్ సచ్చాడు. ఇంకా అబ్బాయ్ యెక్కడ.

వెంక: ఊరుకొందురూ. అట్టా నోరుపారేసి కొంటారు.

బొ౹ర: పోతూపోతూ వాఁడెవఁడో యింతకుముందు వూరులోలేదని కొట్ట పొయ్యాడులే, అట్టాగే

వెంక: అయ్యో అయ్యో ! ఎవరు ? ఎవరు? పిల్లా జిమ్మవడ కొట్టొచ్చాడుగా.

బొ౹ర: మన సుబ్బారావు మూలంగానే. యీడి సరాజ్యం మీటింగులు పాడు గాను.

వెంక: అయ్యో ఇంకేముందీ ? సుబ్బారావ్ ! ఓరి సుబ్బారావ్ ! ఇంతకుముందే కాదంట్రా మీటింగోళ్లని పోలీసోళ్లు పట్టికెళ్లారు ఓరి సుబ్బారావ్(యేడ్పు)

బొ౹ర: ఉండు. ఓయ్. ఆ వచ్చేది పోలీసు వీరన్నలా వున్నాడు.

(పోలీసు వీరన్న ౹ప్రవేశం)

వీరన్న: ఏం షావుకార్ !

బొ౹ర: పోలీసు వీరన్నగారేనా ? ఇదిగో ఇనస్పెక్టరుగారికి నెయ్యి కావాలన్నారు మళ్లీ రాలేదేం మీరు !

వీరన్న: తయారుగా వుందా యిప్పుడు.

బొ౹ర: మీ కోసం కదండీ. భద్రంచేసి వుంచింది. తీసుకపొండి. ఇదిగో వీరన్నగారు ! మావోడు మీటింగుకాడ యేమన్నా కనపడ్డాడా ?

వీరన్న: ఆ. కనపడ్డాడు. మీ సుబ్బారావు కూడా మీటింగులో వున్నట్టు రిపోర్టులో ౹వ్రాశాముగా.

బ్రౌ: (గడ్డం పట్టుకొని) ఆ, మా సచ్చినోడి పేరుమట్టుకు తీసేయండయ్యా! మీ వుపకారం వృథా పోనీయం (పోదురు) తెరపకు.

ఆలోచనాపరుడై జమీందారు సిగిరెట్టు కాల్చుచు కుర్చీలో కూర్చుండును.

పంతులు ప్రవేశం

జమిం: (లేచి) దయచేయండి పంతులుగారు!

పంతు: అంజాయ్ రైతులకోసం పోయి రాలేదల్లే వుందే?

జమిం: అంజాయికోసమే చూస్తున్నానండి. రావడానికి వాళ్లేమన్నా పేచీ పెడుతున్నారేమొ?

పంతు: పేచీ యేముందండి! ఎవరికి తగ్గ బంధనాలు వారికివేసి కట్టి పడేశాగా. చచ్చినట్టు దారికి వస్తారు.

జమిం: వస్తారుగాని జాగ్రత్తగా సాక్ష్యమిస్తారా?

పంతు: యివ్వకపోతే చౌదరయ్యకు పట్టినరాతే వాళ్లకీ పడుతుందనుకోండి. పైగా బాపిరెడ్డికి చౌదరయ్యకు చెడింది. మతం పుచ్చుకొన్న మాల మాదిగవాళ్లని కూడ కట్టేశా.

జమిం: మఱచిపోయినా! వీళ్ల పాదరీనికూడ కట్టుకోవద్దు?

పంతు: ఆ పాదరీ మునపటి యేసురత్నమే. మనమెట్లా చెపితె అట్లా వింటాడు. గూడమోళ్లని అరికట్టడానికి మొన్న ఆ యేసురత్నం చేతిలో యాభై రూపాయలు పోశాగా.

జమిం: ఇంకా నాకు ధైర్యమేలెండి. ఎట్లాగైనా చౌదరయ్యకు శిక్షపడెనా? మీకు చౌదరయ్య ఆస్తి యావత్తు ధారపోస్తా.

పంతు: ఇదిగో, ఈ చౌదరయ్య మొదలు కూకటివేళ్లతో సహితం పెళ్లగించి దివాణం అంటే, గ్రామానికంతా హడలు పుట్టేట్లు చేస్తా చూడండి. మీ దగ్గఱ రొఖ్ఖం 1000 వెయ్యి రూపాయలు నోటు వ్రాసి మా సాక్షి సంతకములతో యిచ్చి పుచ్చుకపోయినట్లు ఈ నోటు (చూపించుచూ) చూశారా? దీనితో ఆ చౌదరయ్య మచ్చుమాపుతా. ఇదిగో చౌదరయ్య చేవ్రాలు చూడండి. ఇది మీ దగ్గఱ వుంచండి (యిచ్చును).

జమిం: (పుచ్చుకొని) మీరీ పైకం తీసుకొని ప్రస్తుతం మీ అవసరాలేమన్నా వుంటే తీర్చుకోండి. నూరు రూపాయలు (యిచ్చు)

పంతు: చిత్తం (పుచ్చుకొని) ఠాణేదారు మొగాన కొంత పడయ్యాలి. బంట్రోతులకు కొంత రుచి చూపించాలి.

జమిం: వాళ్లందరికిగాను రెండు వందలు తీసివుంచా. పోలీసువాళ్లకి 3 వందలు సిద్దపఱచా.

పంతు: సరే లెండి. ఇరేదులో అంజాయ్ పట్టుకు చాలా కష్టపడుతున్నాడండి.

జమిం: అంజాయికేమి లెండి. దివాణానికి వాఁడున్నాడు. వాడికి దివాణముంది. వస్తున్నాడే. (అంజాయి ప్రవేశం)

అంజా: సాక్ష్యానికివున్న బాపిరెడ్డి పగైరాలు వస్తున్నారండి.

పంతు: ఎట్లా వుంది ? వాళ్లందరి వ్యవహారం.

అంజా: మీరు వేసిన టంకంపొడి అతక్కుండా వుంటుందండి. యుగంధరుణ్ణి చంపి పుట్టారండి మీరు ?

జమిం: అందఱు మన కనుకూలంగానే వున్నారన్నమాట.

అంజా: చిత్తం. అనుకూలంగానే వున్నారండి. అరుగో వస్తున్నారు.

(బాపిరెడ్డి, రైతులు ప్రవేశం)

జమిం: ఏం బాపిరెడ్డి!

బాపిరెడ్డి, రైతులు: దండాలయ్యా (దండములు పెడుదురు)

జమిం: మీ అందఱి నాట్లు పడ్డట్టేనా ? కూర్చోండి.

బాపి: చిత్తం యేలినవారి దయవల్ల అందఱి పూడ్పు లయినాయండి.

జమిం: ఈ చౌదరయ్యా కే మొచ్చిందోయ్ తిప్పలు. నేనూళ్లో లేకుండా చూచి యెంతపని చేసిపోయాడో ? విన్నారా ?

బాపి: చిత్తం! మిమ్మల్నేకాదండి. మా కొంపలుకూడ గుండాలు వేయడానికి సిద్దపడ్డాడు. మా పాలిట దేవుడల్లే యీ పంతులుగారు లేకపోయినట్టైతే మా కొంపలు నిలువనా ఆరేవే. ఈ దేవుడు దయవల్ల బతికామ్.

జమిం: అదేమిటండి ? పంతులుగారు!

పంతు: అదికూడా వాళ్లనే చెప్పమనండి.

జమీం: ఏమిటి? బాపిరెడ్డీ!

బాపి: మాకు పెట్టుబడి చౌదరయ్య పెట్టినట్లున్నూ తనకు మేమేమో మా పొలాలు తాకట్టుపెట్టినట్లున్నూ, దొంగ సంతకాలతో దొంగ సాక్ష్యాలతో చౌదరయ్య దగ్గర నోట్లు వున్నయ్యండి.

పంతు: అందులో అబద్ధమేమీలేదండి. ఇవిగో (చూపించు)

జమీం: (ముక్కుపై వ్రేలిడుకొని) ఎంత ఘోరము. ఎంత వంచన. ఎంత దురాశ. ఎటువంటి కపటనాటక సూత్రధారుడు. గోముఖవ్యాఘ్రము. పయోముఖ విషకుంభము. సాటి రైతులనే, యింత వంచింపదలచిన వాడు, మాకు వీడు గర్భశత్రువే. సందేహ మేమియు లేదు. తాను జమీందార్ల వొక్కరినే కాదు మ్రింగదలంచింది? రైతులనుగూడ కట్టి గట్టి మ్రింగటానికి పొంచివున్న పెద్ద తిమింగిల మన్నమాట. ప్రతి చోట కన్నము వేసి దొంగిలింప మరిగినవాడు ఎప్పటికి పట్టు పడకుండునా? కనుకనే నేటికి పట్టుపడ్డాడు. వీనితోగాని చేసిన పనులన్నీ బయటపడక తప్పవు. ఇతడు నా గ్రామములో వుంటటము యెప్పటికైనా తిప్పలే! చేజిక్కిన విషసర్పమును దయదాల్చి విడువరాదదు. దాని కోరలన్నియు నూడబెరికి నడుము విరిగిన తాపరతూడును జేయనిదే వదలరాదదు. బాపిరెడ్డీ! ఈ విషయములో శ్రద్ధగా కలుగజేసుకొనపోవుచున్నాను. మిమ్ములన్నందరిని సాక్ష్యం వేసుకొన్నాను. దానికి మట్టుకు మేము చెప్పమన్నట్లు చెప్పండి.

బాపి: చిత్తం. అందుకు మేమంతా సిద్ధమే కదండీ,

పంతు: చౌదరయ్య పెత్తందారి తనం నీకిప్పించదలచుకొన్నాము. కొంతంత జమీందారుగారు మీ అండ నుంటే మీకింకా భయమేమిటి?

బాపి: బయమేటికండి. చౌదరిని ముప్పతిప్పలు పెట్టి మూడు చెఱువుల నీళ్లు తాగించనిదే, నిద్రపోతామనుకొన్నామండి. వీడి మచ్చమాయ.

జమీం: రేపే విచారణ. మీరంతా దివాణం దగ్గరకు వచ్చి పంతులుగారు అంజాయితో కలసిపొండి. తర్వాత నేను కూడ కాసుమీద వస్తా. అంజాయ్! వీళ్లకొక దమ్మిడీ కర్చు తగలకుండా, అంతా మన దబ్బులో నుంచే తీసి వాడు.

అంజా: చిత్తం

జమిం: సరే పదండోయ్!

రైతులు: అయ్యా శలవ! (నిష్క్రమింతురు)

తెరపడును

3వ రంగం

మేజిస్ట్రేట్ కోర్టు బయట

(జనం గుంపులు గుంపులుగా కూడి)

పాపం రెండేళ్లు కఠినశిక్ష విధించారట. న్యాయానికి రోజులు కావురా యివి. పాపం ఆ చౌదరయ్య భార్య బ్రతకదు. ఆ పసిబిడ్డకు దిక్కెవ్వరింక? ఏ పాపమెరుఁగని వారికెంత ఆపదవచ్చెరా? ఎంత కిరాతకులైనారురా యీ జమీందారులు.

([మరో దృశ్యం] హైమచెట్టు క్రింద పడివుండును కుమారరావు తల్లి దగ్గఱ కూర్చుండును. కవి మండిపడుచు)

కవి: ఉ॥ ఎల్ల దురంత దుఃఖమతి-వృష్టిగ గర్భమునుండివచ్చి, యీ
తల్లి లలాటమక్కట! వె-తన్ స్మృతితప్పె; దయామయా! ధరన్
పిల్లలఁగన్నవాఁడవు శ-పింతుసుమా! యిటువంటి కీడు సంధి
ధిల్లఁగ నీయకీవు ప్రణు-తిన్ శరణార్థులగావు మిత్రతిన్॥

గీ॥ సాటివారి కష్టంబుఁ దీ-ర్చంగలేని
కోటిమంది పెద్దలునున్న-కూడి కొఱకే
సాటిపశుల హాని సై-చని శకుంత
బంధులార! రయితుజన-బాంధవుని కు
టుంబమొక చెట్టుక్రింద నె-ట్లుండెనో యి
కింత తిలకించుడమ్మ! ప్రా-ర్థింతు మిమ్ము॥

అమ్మా! నను గన్న తల్లీ! హైమ! చౌదరయ్యకు సంకెలులువేసి తీసుకొనిపోవుచున్నారు! లేచి చూడగలవా? ఇంకను ఈమెకు స్మృతి రాకుండెను. ఓరి కిరాతబ్రహ్మ! నాదునివంక చూచుటకుగూడ సమ్మతింపకపోతివా? నాయనా! కుమారా! నాన్న అదుగో వచ్చు చున్నాడు, రా.

(పోలీసులిర్వురు చౌదరయ్య కిరుప్రక్కల వుండి తీసుకొని వచ్చుచుందురు.)

(కుమారరావు పరుగునపోయి చౌదరయ్యను కౌగిలించుకొనును. సంకెళ్లతోనున్న చౌదరయ్య కుమారుని కౌగిలించుకొనలేక మాట రాక, నా తండ్రీ! అమ్మ పడివుండె నేమిరాయని దుఃఖపరవశుఁడగును).

కుమార: నాన్నా! అమ్మను నీవు లేపు. లేవగలదేమొ.

చౌదరి: స్మృతిలేక పడిపోయినది నాయనా! ఆ భగవంతుని కరుణ వుండిన యైతే, లేవగలదు. గాని నా వల్లనూ కాదు. (పడిపోవును)

పోలీసులు: పదవయ్యా! అవతల రైలుకు వేళౌతున్నది.

చౌదరి: (లేచి) నాయనా! కుమారా! అమ్మదగ్గఱుండు. కవిసార్వభౌమ! వీళ్లను దగ్గఱపెట్టుకొని రైతుజనలోకాన్ని, కూలిజనలోకాన్ని మేలు కొల్పుడు. దయవుంచండి. నమస్కారము. నాయనా! కుమారా! నేను తిరిగివస్తాను తండ్రీ! యేడ్వక.

కుమారరావు (కన్నీరు కార్చుచుండును)

(ఎదురుగా జమీందారు మీసము మెలిపెట్టుచు నీటుగా వచ్చును. కూడా పంతులు కులుకుచు వచ్చును.)

ప ద్యం

కుమార: గీ॥ భారతక్షేత్ర సంగ్రహ-వాంఛకతన
కౌరవకులంబు సకలంబు-కాలిపోదె
పాపకర్మంబు సేయు నీ-భూపజాతి
కిప్పుడైనను ఆ వ్రాత-తప్పుబెట్టు॥

(చౌదరి పిల్లవానివంక చూచుచు పోలీసులతో నిష్క్రమించును)
జమీందారు, పంతులు నిష్క్రమించును

హైమ: (లేచి) కుమార!

కుమార: (తల్లి కడకేగి) అమ్మా! ఇంతకుముందే నాన్నను ఖైదుకు తీసుకొని వెళ్లారు. (హైమ పడిపోవును) (కుమారరావు అమ్మా! అని యేడ్చును)

కవి: కుమారరావుని గైకొని (హైమ దగ్గఱకు చేరి) తల్లీ! హైమ! ఎంత పనిచేసితివి పాపిష్టి దైవమా! (తెరపడును)

4వ రంగం

కారాగారము

(చౌదరి దుస్తులుమారి తలమాసి పిచ్చివాడివలె వుండును)
వార్డరు ప్రవేశం

వార్డరు: హమేషా ఏడ్పుగొట్టు మొహంతో వుంటావేం బే.

చౌదరి: అయ్యా! సాటిరైతుల దుస్థితి తలపుకొచ్చి.

వార్డరు: అరే నీకి ఖైదీరాత పట్టినా, ఆ రైతూసైతాన్ పిచ్చ వదిలిందిఖాద్ బే.

చౌదరి: నిర్బంధముచేసి, నవరంధ్రముల మూసి, మెడకు యురిత్రాడుపోసి, బిగించుచున్ననూ, పై ప్రాణములు పైకి యెగిరిపోవుచున్ననూ, ఈ చైతన్యశూన్య కళేబరములోని ప్రేగులు, సాటిరైతుల దుస్థితికి యేడ్వక మానవు.

వార్డరు: అరే సింతసచ్చినా, పుల్సుసావనట్టూ నీకి రోసం సావలేద్ బే. అరే దివాన్! దేశంలో రైతుల్కి నీమీదా మెహర్బానీ వుండద్‌బే. వాల్కి సూస్తే నీమీదా ప్రేమాలేద్. వాళ్లోర్కి వట్టని విశారం నీకీ యెందుక్బే?

చౌదరి: అయ్యా! మీరు చెప్పినది నిజమే, కాని యింటికి పట్టిన చెదలు దులుపుటకు, యింటిలో మూరి త్రవ్వుచున్న పందికొక్కులను తరుమకొట్టుటకు, యింటికున్న ద్వారములకు, దూలములకు కిటికీలకు చేతగాదు. వలనుపడదు. ఇంటిలో కాపురము సేయుచున్న గృహస్థుఁడు చదలు దులుపుకోవలెను. పందికొక్కుల తరుమకొట్టవలెను. ఇన్ని విధముల గృహసౌభాగ్యముకొఱకు శ్రమపడుచున్న గృహస్థునిపై; ద్వారములకు, దూలములకు, కిటికీలకు, గోడలకు జాలికలుగునా? సోదరా.

వార్డరు: బాగావుందికానీ, రేపు నీకీ సూనెగాన్గా లాగాలి. (నిష్క్రమించు)
(తెరపడును)

5వ రంగం

హైమ గృహము

(హైమ రాట్నము వడుకుచు జో అచ్యుతానంద జోజో ముకుందా
అనెడి బాణీని పాడును.)

కీర్తన: ఓ రాట్నమా నీవు మా తల్లివమ్మా!
పేదల కుటీరాన పేరుగలదానా ॥ఓ॥

ధరణి శ్రీమంతుండు దాక్షిణ్యముంచీ।
జాలితో పేదలకు జావ పోయించీ।
నునుపైన రతనాల నూలు వడికించీ।
పసిఁడి మగ్గములందు వలువనేయించీ ॥ఓ॥

ఉద్యోగులకు బాగ వున్నవారలకు
తప్పనిసరిగ దాని ధరియింపనిచ్చి
భక్తితో నిన్నిట్లు పూజించునెడల
కరవుదీరును యెల్ల భరతఖండమున ॥ఓ॥

కుమారరావు (ప్రవేశించి): అమ్మా! తినటానికి నాకేమైన పెట్టవూ?

హైమ: నా తండ్రీ! నా దగ్గ ఱేమున్నదని పెట్టేదిరా!

కుమార: పోనీ అన్నమైనా పెట్టవే. ఆకలిగా వున్నదీ.

హైమ: నాయనా! అన్న మింకా వండలేదురా. కవి గారింకను రాలేదు. బియ్యము లేవురా. మన కీ కడగండ్లెప్పటికి తీరునో తోచటములేదు నాతండ్రీ!

కుమార: కవిగారుగూడ మనకోసం కష్టపడుచున్నారమ్మా!

హైమ: అవున్రా తండ్రీ! మనకంటే యెక్కువ కష్టపడుచున్నది కవిగారే. నీ కొక్క మేనమామైనా లేకుండాచేసె దేవుఁడు. (కవిగారని లేచును)

కవి: (ప్రవేశించి) తల్లీ! నీవు లేవకమ్మా! నీవు నాకు తల్లివంటి దానవు.

కుమార: బాబాయ్‌గారు ! మీరన్నము తినివచ్చారా ?

కవి : లేదు కుమారా ! నీవీ పండ్లు తీసుకొని, అమ్మకుగూడ పెట్టు (పండ్లిచ్చును) తల్లీ ! బియ్యము తీసుకొని రావట మాలస్యమైనది. (బియ్యము మూట దించుకొని) పాపం ప్రొద్దునెప్పుడు తిన్నారో ?

హైమ: పరవా లేదండి. మంచితీర్థం పుచ్చుకొంటారా ?

కవి : నాకు పర్వాలేదు లే తల్లీ చౌదరిగార్ని చూడడానికి రేపు ప్రయాణం నిశ్చయించాం.

కుమార: నేనుగూడా వస్తా. బాబయ్యగారు !

కవి : నిన్ను తీసుకొనిపోకుండా వుంటామా నాయనా ! అమ్మను నిన్ను తప్పక తీసుకొనివెళ్తా. వెళ్లివస్తా తల్లీ (నిష్క్రమించును)

కుమార : పాపం బాబయ్యగారుకూడా అన్నం తినలేదు కాబోలమ్మా.

హైమ: తినలేదురా తండ్రి ! (తెరపడును)

6వ రంగం

కారాగారము బయట

(చౌదరి నూనె గానుగు లాగుచుండును. వెంట వార్డరుండును)

వార్డరు : అరే నడ్వాకుండా నిల్సుంటావేంబే. (కొరడాతో కొట్టపోవును)

చౌదరి: (నడుచుచుండు. ఆయాసపడుచు రొప్పుచుండు)

వార్డరు: లెక్కెర్లూ కొట్టమంటే కొడతాప్. నడు నడు.

చౌదరి: (నిలిచి) అయ్యా ! గుండెలో నెప్పిగావున్నది కొంచెము నిలుచోనిత్తురూ (ఆయాసపడును. కన్నీరుకార్చును)

వార్డరు: (కొట్టపోవుచు) నిల్సుంటే, సిబాబా యెవడ్ లాగుతాడ్ బే.

వార్డరు: (కోపముతో కాలుతోతన్ని) నీకీ దొంగావేషాల్ ఖాడా. లే. సువ్వర్. (అని కొరడాతో కొట్టును).

చౌదరి: (లేచి రొప్పుచు) అబ్బా! అబ్బా! (అని నడవసాగును)

(కవి, హైమ, కుమారరావు ప్రవేశం)

వార్డరు: మీకీ యెవర్చే? దూరంగా వుండండి.

చౌదరి: (వారివంక తిరిగిచూచి కన్నీరుకార్చుచు)

వార్డరు: అరే, దివాన్ నిల్‌బడి యేమ్టీ సూస్తావ్ (కొరడాతో కొట్టును)

చౌదరి: అబ్బా! అబ్బా! (రొప్పుచూ లాగలేక నిలబడగా) (తిరిగికొట్టును)

కుమార: (వార్డరుపైకి దూకుడుగా పోవుచు) నిన్ను చీల్చి చెండాడెద! దుష్టుడా! (కవి పట్టుకొనిపోవును)

వార్డరు: (పిల్లవానిని) పడద్రోసి కొట్టపోగా, చౌదరి వచ్చి వార్డరుకాళ్లపై పడి వేడుకొనును)

(హైమ దుఃఖపరవశయై పడిపోవును)

వార్డరు: నీకీ యెంత గడ్సుతనంరా! (చౌదరినిచూచి) అరే నీకీ యేడూపు యేమ్టీవోయ్! గ్గాన్గా లాగూ పద.

చౌదరి: నాయనా! వాడు ముక్కుపచ్చలారని పసి కుర్రవాడు.

వార్డరు: పసికుర్రవాడూ, బలే, పసిపట్టినా కోడెత్రాచురా బే.

చౌదరి: అయ్యా! వాఁడు నా కుమారుఁడు.

వార్డరు: ఖుమార్డూ అవుతే; (మిర్రి మిర్రి చూచుచు) వెళ్లండోయ్! మీకీ యిక్డా రావడాన్కి సెల్వా యెవరూ యిచ్చాడ్.

కవి: జైలధికారులు.

వార్డరు: అవుతే సూశార్గా. పొండి. (చౌదరితో) గ్గాన్గాకాడికి పదవోయ్! యేమ్టీ సూస్తావ్? (కొరడాతోకొట్టును)

చౌదరి: (పిల్లవానిని ముద్దిడుకొని హైషవంక చూచుచుపోయి గానుగులాగును.)

వార్డరు: అరే ! తొందర్గా నడు బే.

(కూలిజన సంఘము, రైతుజన సంఘము వచ్చును)

కూలి వెంకన్న : కవిగోరు, సౌదరయ్యగోరు ఆరేసండి ?

కవి : నాయనా ! ఆ నూనెగానుగ లాగుచున్నవారే.

కూలి వెంకన్న : ఏంత ప్రళయంగా కాలం మారిందండీ ! పాపంవారి అవస్త సూడలేక వారియిల్లాలు సూడండి యెట్టా పడిపోయిందో.

రైతు జనులు : ఇంకా ఈ జన్మలో జమీందారి మొహం సూడగూడదురా. మన గురించి పాటుపడ్డ చౌదరయ్యకు రామరామ, ప్రతిఫలం నూనె గానుగ లాగటమా ? అసలు చేతులార ! యీ తిప్పలు తెచ్చి పెట్టింది మనమే. ఈ కష్టజీవుల యీ విధంగా చంపుకొని తినుచున్న జమీందా ర్లకు మనము. రాత్రింబవళ్లు కష్టపడి పొడిపంట లొప్పజెప్పబట్టియేకదా వీరి కింత బలం చంపుకొని తినటానికి వచ్చింది. అయ్యొ అయ్యొ, యెంత కష్టపడుచున్నార్రా పాపం.

కవి : కూలిజన సోదరులార ! రైతుజన సహోదరులార : చూస్తిరా ?

కూలీలు రైతులు : అయ్యొ ! అయ్యొ !

కవి : సీ॥ వానకు తడిసి రే-బవలు నిద్రకువాచి
యెండకువడిలి యే-టేట జగతి
దండిగా పంటలు-పండించి కన్న బి
డ్డలతోసహితము ప-స్తులనువండి
కొనయూపిరితో లేచి-వినయవిధేయతా
గరిమచే, దొరల చెం-గటకుఁ జనుచు
ఆ జమీందారుల-రాజసంబులకు వ

గీ॥ దెడి రయితు కిప్డు కటకటా-పుడమిదిక్కు-
లేకపోయెగా ! ఆ రైతు-లేకపోయి
న, యిపుడీ ధరాతలమెల్ల-నట్టనడి స
ముద్రమున మున్గదే ! కండ్లు-మూతురేమి ?॥

ఉ॥ చూడుడి ! కూలిరైతుజన-సోదరులార ' స్వదేశమాత బి
డ్డేడుపు, గొడ్డుకంటె కడు-హీనతగాగని సాటి రైతునిన్
వాఁడెవఁడో కిరాతకుఁడు-బాదుచు గానుగ త్రిప్పజేయుటన్
నేఁడిల రైతురక్షణకు-నిల్తము రండిఁక సమ్మె కట్టుచున్

ఉన్నవాఁడు బంగారుకొండపై యున్నను కాటికి చేరవలసినవాఁడే లేనివాడూ చచ్చిచావని బ్రతుకుతోడుటకు ఆ కాటికి పోవలసినవాఁడే. ఇఁక శాశ్వతమైనది కీర్తి ఒక్కటే. ఆ కీర్తిధనము గడించువాఁడే మానవమాత్రుడు. ఆ కీర్తికై మృత్యుదేవత నెదుర్కొని ధర్మ సంగ్రామ భూమిని ప్రాణములు తృణప్రాయముగా నెంచి బలి కావ లెను. ఇట్లు నిరంకుశ జమీందారులచే నీచముగా జూడబడుచు హింసింపబడుచున్న ఈ ప్రాణములపై తీపి వదలుకొనుఁడు. కూలి జన సోదరులార ' రైతుజన సహోదరులార ! నవయువజనులార ! వింటిరా ?

కూలిజన రైతుజన యువజన సంఘములు : అయ్యో ! అయ్యో !

కవి : తక్షణమే దేశదాస్య విముక్తికి కడగండ్లతో చితికి పోవుచున్న బక్క చిక్కిన రైతు రక్షణకు, నడుములు కట్టి సంసిద్ధులు గండి. లెండి. ఆ కఠిన పాషాణ హృదయుఁడైన కిరాతకునిచే బాధింపబడుచున్న రైతురాజు సెలవ గైకొందము రండి.

అందఱు : సంసిద్ధముగా నుంటిమి, పదండి. (చౌదరితో)

రైతరాజా ! మీ బంధవిముక్తికి పయనమై పోవుచున్న యీ మీ చిన్నారి తమ్ములకు సెలవు దయచేయండి.

చౌదరి: సోదరులార ! నా బంధవిముక్తికి ప్రస్తుతము పాటుబడకుడు. దేశములో, ఎన్నో యిడుముల పాలైన కూలిజన సోదరులకు, బక్క చిక్కిన రైతుసోదరులకు నాకు వచ్చిన యీ కష్టముమట్టుకు రాకుండా యత్నింపుడు.

వార్డరు : బలేగా వుందే ! ఏమ్టీ మీటింగుల్ యిక్డా. జావరే జావ్.

చౌదరి: సోదరులార ! సమస్కారములు.

మంగళమ్ మహత్ శ్రీశ్రీశ్రీ

సమాప్తము

(తెరపడు)

అనుబంధం

'జమీన్ రైతు' నాటకం రాతప్రతిని నిషేధించిన ఫైలులో కొన్ని భాగాలు

[G.O.No. 576 Dt. 19.10.1938]

Books and publications (seditious).

Criminal Procedure Code, Section 99-A -
Pamphlet in Telugu entitled "Santi Sangramum.
(The Peaceful War) by Vedantam Venkata
Subrahmanya Sarma - Declared forfeit.

, dated   19
      ,,   19

              , No   , dated _ _ _ _ 19

  ,   —   ,,   ,   ,   _ _ 19

                                        _ 19

ORDER

No 895 dated   2 - 9   193.

The following notification will
be published in the Fort St. George
Gazette:-

NOTIFICATION

In exercise of the powers con-
ferred by Section 99-A of the Code of
Criminal Procedure, 1898, the Governor
in Council hereby declares to be for-
feited to His Majesty, all copies
wherever found of the pamphlet in Telug
entitled "Santi Sangrammu"(The Peaceful
War) written by Vedantam Venkata
Subrahmanya Sarma and printed at the
Pavani Printing Press, Masulipatam, and
all other documents containing copies
or translations of or extracts from
the said pamphlet inasmuch as it cont
matter the publication of which is

24-A

శ్రీ

శాంతి సంగ్రామము.

రచయిత:
వేదాంతం వెంకట సుబ్రహ్మణ్యశర్మ

ఆంధ్ర

ప్రచురణ

1931.

Government of Madras

—

G.O. No. 1834, 25th August 1941

Books and Publications— Indian Press (Emergency Powers) Act, 1931—Section 19—
Telugu booklet entitled " Svatantra Garjana "—Declared forfeit.

Order—No. 1834, Public (General), dated 25th August 1941.

The Governme   ns or that the   ooklet in Telugu entitled " Svatantra Garjana "
written by V. V. S   Sastri   printed at the Andhravani Press, Bezwada,
contains matter of the   escribed   lauses (d) and (h) of sub-section (1) of section 4
of the Indian Press   rgency Po   Act, 1931. His Excellency the Governor is
therefore pleased to   that all   of the said booklet, wherever found, and all
other documents cont   n' copies,   or translations of, or extracts from it, will be
forfeited to His Maj

2. The following notification will be published in the *Fort St. George Gazette :—*

NOTIFICATION.

of 1931), His Excellency the Governor hereby   all copies, wherever found,
of the booklet in Telugu entitled " Svatantra Garjana " written by V. V. Subrahmanya Sastri and re

(d) and (h) of

(By order of His Excellency the Governor)

S. V. RAMAMURTI,
Chief Secretary.

Supe
Deputy
Comm   r of Police, Madras.   Ra   s and C.I.D.
Chief Preside   gistrate, Madras.

and Administrations
University   }(with C.I.).

Superintendent   lice, Special Branch, C.I.D.
Librarian, Imper Library, Calcutta.
Joint Secretary   part   ess and Publicity).
        ith C.I.

REVENUE **DEPARTMENT.**

9   *Registered*   19

Subject.

DRAMATIC PERFORMANCES ACT - 1876 - Sec. 3 - 'Zamin
Ryot' - Performance - Objectionable - report - submitte

R.C. No 3284-38-C3.

S   U N T   *Dated the* 3rd April   1938

From (Name) L.R.V. Rao Bahadur K.C.Munavedan RajaAVl.,
                                             B.A.,

(Designation) COLLECTOR, Guntur.

To The Secretary to the Government of Madras,

                      HOME **Department.**
                            Madras.

Sir,

     I submit herewith a manuscript copy of the Telugu drama
"Zamin Ryot" written by Mr. Vedantam Venkata Subrahmanya
Sastry. From the beginning to the end the ill-treatment
meted out by the Zamindars to their tenants and the
resulting hardships of the latter are depicted in this drama
The enactment of the drama might therefore create unnecessa
nitch and disaffection between Zamindars and their servants.
I do not consider it a fit drama to be enacted as it is apt
to create class and communal hatred. I therefore request
that the Government may be pleased to consider the advisabi-
of prohibiting the performance of this drama in this or any